பால்வண்ணம்

(சிறுகதைகள்)

பால்வண்ணம்

(சிறுகதைகள்)

கே.எஸ். சுதாகர்

எழுத்து
பிரசுரம்

Title: Paalvannam
Author's Name: K.S.Suthakar

Published by Ezutthu Prachuram

Ezutthu Prachuram
(An imprint of Zero Degree Publishing)
No. 55(7), R Block, 6th Avenue,
Anna Nagar,
Chennai - 600 040

Website: www.zerodegreepublishing.com
E Mail id: zerodegreepublishing@gmail.com
Phone: 89250 61999

Ezutthu Prachuram First Edition: September 2022
ISBN: 978-93-93882-65-3
TITLE NO EP: 361
Rs.
Cover Art: Dr.M.K.S.Sivakumaran
Layout: Vijayan, Creative Studio

மனைவி ஷர்மிளாவுக்கும்...

மகன் ரிஷிக்கும்...

பொருளடக்கம்

முன்னுரை

தனித்துவம் மிக்க தனது எழுத்துக்களால் தமிழ் இலக்கிய உலகில் ஆழமாகத் தடம் பதித்த கே.எஸ். சுதாகர், 1983 காலப்பகுதியிலிருந்து சிறுகதை, குறுநாவல், கட்டுரை, விமர்சனம், பத்தி எழுத்து ஆகிய துறைகளில் எழுதிவருபவர்.

யாழ்ப்பாணம் தெல்லிப்பழையைச் சேர்ந்த இவர், பேராதனைப் பல்கலைக்கழகத்தில் பொறியியல் பட்டம் பெற்றவர். இலங்கையில் சிலகாலம் தொழில் செய்தபின் 1995இல் நியூசிலாந்துக்குப் புலம் பெயர்ந்தவர். பின்னர் 2000ஆண்டு அவுஸ்திரேலியா சென்று அங்கு வாழ்ந்து வருகிறார். ஞானம் சஞ்சிகை வாசகர்களுக்கு இவர் புதியவரல்லர். கடந்த பதினைந்து வருடங்களுக்கு மேலாக ஞானம் சஞ்சிகையில் பல்துறை சார்ந்து எழுதிவருகிறார். ஞானம் சஞ்சிகை நடத்திய புலோலியூர் சதாசிவம் ஞாபகார்த்தச் சிறுகதைப் போட்டி மற்றும் செம்பியன் செல்வன் ஆ. இராஜகோபால் ஞாபகார்த்தச் சிறுகதைப்போட்டி ஆகியவற்றில் பத்துத் தடவைகள் பரிசு பெற்றிருக்கிறார். இவற்றை விடவும் ஏனைய சஞ்சிகைகள் பத்திரிகைகள் இணைய இதழ்கள் நடத்திய போட்டிகளில் பதினெட்டுத் தடவைகள் பரிசு பெற்றிருக்கிறார். அவர் பெற்ற பரிசுகள் அவரது எழுத்தின் தரத்துக்குச் சான்றுகளாகின்றன.

'எங்கே போகிறோம்' (2007), 'சென்றிடுவீர் எட்டுத்திக்கும்' (2014) ஆகியவை இவரது சிறுகதைத் தொகுதிகள். இவற்றில் சென்றிடுவீர் எட்டுத்திக்கும் என்ற சிறுகதைத் தொகுதி, பன்னிரண்டு பரிசுச் சிறுகதைகளின் தொகுப்பாகும்.

சுதாகர், தனது 'சென்றிடுவீர் எட்டுத்திக்கும்' என்ற சிறுகதைத் தொகுப்புக்கு எழுதிய 'எழுத்து என்பது பயிற்சி' என்ற முன்னுரைக் குறிப்பில் பின்வருமாறு குறிப்பிட்டுள்ளார், 'நான் போட்டிக்கென்று சிறுகதைகள் எழுதுவதில்லை. எழுதிய சிறுகதைகளைப் போட்டிக்கு அனுப்புகிறேன். எழுதும் கதைகளையும் உடனே பிரசுரிப்பதில்லை. என்னுடனே இருந்து கொள்ளும் அந்தக் கதைகளை ஒரு சிற்பி செதுக்குவதுபோல செதுக்குகின்றேன்'.

இங்கு, நான் அவதானித்த ஒரு விடயத்தையும் குறிப்பிடுவது சாலப் பொருந்தும் என நினைக்கிறேன். ஞானம் சஞ்சிகை 2018இல் நடத்திய அமரர் செம்பியன் செல்வன் ஞாபகார்த்தச் சிறுகதைப்போட்டியில் 'யாரோ ஒளிந்திருக்கிறார்கள்' என்ற சிறுகதை இரண்டாம் பரிசு பெற்றது. அதன்பின் அந்தக் கதையை அவர் தமிழக கணையாழி இதழுக்கு பிரசுரத்துக்காக அனுப்பியிருந்தார். கணையாழியில் அந்தக் கதையை நான் வாசித்தபோது அக்கதையின் இறுதிப்பகுதியில் கதையின் கருவுக்கு மேலும் வலுச்சேர்க்கும் வகையில் ஒரு மாற்றத்தை ஏற்படுத்தி அக்கதையை மெருகுபடுத்தியிருந்தார். சுதாகரின் கதைகளின் வெற்றியின் சூக்குமம் இதுதான். கதைகளை தேவை ஏற்படின் அவர் மீண்டும் மீண்டும் செதுக்குகிறார். இன்றைய எழுத்தாளர்களில் பலர் கவனத்தில் கொள்ள வேண்டிய முக்கியமான விடயம் இது.

இந்தச் சிறுகதைத் தொகுப்பில் பன்னிரண்டு சிறுகதைகள் அடங்கியுள்ளன. இவற்றுள் ஆறு சிறுகதைகள் பல்வேறு போட்டிகளில் பரிசு பெற்றவை.

இந்தத் தொகுப்பின் மகுடக்கதை 'பால்வண்ணம்'. இளமைக் காலத்தில் ஒருவரையொருவர் விரும்பிய கதாநாயகனும் நாயகியும் அவர்களது காதல் நிறைவேறாத நிலையில், முப்பது

வருடங்களின் பின்னர் அவுஸ்திரேலியாவில் சந்திக்கின்றனர். நாயகன் திருமணமாகி மனைவி நோய்வாய்ப்பட்டு இறந்துவிட, பிள்ளைகளையும் திருமணம் செய்து கொடுத்துவிட்டு தனியாக வாழ்கிறான். நாயகியோ திருமணம் ஆகாமலே முதிர்கன்னியாக வாழ்கிறாள்.

அவுஸ்திரேலியாவுக்கு வருகை தந்த நாயகன், தனது காதலி திருமணம் செய்யாது தனித்து இருப்பதைக் கேள்வியுற்று மனமுடைகிறான். அவளைச் சந்திக்க விரும்புகிறான். அதற்கமைய நாயகி அவனை விருந்துக்கு அழைக்கிறாள். விருந்து முடிந்து நாயகன் புறப்பட்டபோது அவனைத் தன்வீட்டில் தங்கும்படி அவள் வேண்டுகிறாள். அவனும் அன்றிரவு அவள் வீட்டில் தங்குகிறான். அவர்கள் இருவரும் இணைவதற்கு இப்போது தடையேதும் இல்லை. அவர்கள் இருவருக்கும் இடையே இருந்த நூல்வேலியை அவர்கள் தாண்டினார்களா என்பதை இக்கதை சுவைபட விபரிக்கிறது.

மனித உணர்வுகளின் மறை பக்கங்களைக் காட்டுகின்ற கதை இது. பாத்திரங்களின் மனோநிலையை வார்த்தைகளால் காட்டாது கதையை வாசிக்கும் வாசகர்களின் மனதில் ஏற்றிவிடுவதில் சுதாகரின் அபாரத் திறமை பளிச்சிடுகிறது. படித்து முடித்ததும் கதை தரும் உணர்வுகள் படிப்பவர் மனதில் தொற்றி நிற்கின்றன. எழுத்தாளனின் வெற்றியானது தனது படைப்பின் மூலம் வாசகனின் சிந்தையில் ஊடுருவுவதிலேதான் பெரிதும் தங்கியுள்ளது. பால்வண்ணம் என்ற இச்சிறுகதை மூலம் வாசகனின் சிந்தையிலே ஊடுருவி வெற்றி கண்டுள்ளார் ஆசிரியர்.

'கலைந்த கனவு' என்ற கதையையும் பால்வண்ணத்துடன் சேர்த்து நோக்குவது பொருத்தமானது. அகிலனும் கிருஷ்ணவேணியும் காதலர்கள். சிறுவயது முதலே கூடி வளர்ந்தவர்கள். அகிலன் மெல்பேர்ண் பல்கலைக்கழகத்தில் புலமைப்பரிசில் பெற்றுச் செல்கிறான். அவனுடன் மாதவி என்ற சகமாணவியும் அவுஸ்திரேலியா வருகிறாள். இருவரும் பழக ஆரம்பித்தார்கள். மாதவி தனது பிறந்த நாள் கொண்டாட்டத்திற்கு அகிலனை

அழைக்கிறாள். பிறந்தநாள் கொண்டாட்டத்தின்போது அகிலன் ஒரு துண்டு கேக் எடுத்து மாதவிக்கு ஊட்டுகிறான். எதிர்பாராத விதமாக அகிலனின் நெற்றியில் அவள் முத்தம் பதித்தாள். மாதவியின் சினேகிதி ஒருத்தி அக்காட்சியை தனது கமெராவுக்குள் பத்திரப்படுத்திக் கொள்கிறாள். முத்தக் காட்சி மொபைல் போன் மூலமாக நண்பர்களிடையே பகிரப்படுகிறது. இலங்கையில் இருக்கும் நண்பி ஒருத்தி மூலம் கிருஷ்ணவேணிக்கும் காட்டப்படுகிறது. கிருஷ்ணவேணி அதைப் பார்த்ததும் அதிர்ச்சியடைகிறாள். பத்திரகாளியாகி தலைவிரி கோலம் கொண்டாள். நேராக அகிலனின் வீட்டுக்குச் சென்றாள். நடந்ததை அறிந்த அகிலனின் தாயார் அவளைத் தனது வீட்டிலேயே தங்க வைக்கிறாள். எது அகிலனின் அறை எனக் கேட்கிறாள் கிருஷ்ணவேணி. அகிலனை அவளின் முன்னாலே கொண்டு வந்து நிறுத்தும்வரை அவள் அந்த வீட்டைவிட்டு நகரமாட்டாள்.

இக்கதையில், சொன்னவற்றிலும் பார்க்கச் சொல்லாமல் விட்டவையே அதிகம். அது கதைக்கு ஒரு கலையழகைத் தருகிறது. மிக உருக்கமாகவும் நேர்மையாகவும் வாழ்க்கைக் கூறுகளைச் சித்திரிக்கும் ஆசிரியர், நமது பாரம்பரிய சமூகப் பெறுமானங்களின் சிறப்பை வெளிப்படுத்துகிறார். இச்சிறுகதையின் கதைப்பின்னலுக்கு அப்பால் ஓர் உன்னத வாழ்க்கைத் தத்துவத்தைத் தரிசிக்க முடிகிறது.

எண்பது வயது மூதாட்டிக்கு, பிள்ளைகள் சேர்ந்து பிறந்த தினத்தை அவுஸ்திரேலியாவில் கொண்டாடுகிறார்கள். அக் கொண்டாட்டத்துக்கு ‘மல்ரிகல்சர்’ நிலவும் நாடுகளைச் சேர்ந்த அவளது பிள்ளைகள் வருகை தந்திருந்தார்கள். மகள் சாருமதியின் பிள்ளைகளில் ஒருத்தி பிலிப்பியேனாவைத் திருமணம் செய்திருக்கிறாள். அவளது ஆண்பிள்ளைகளில் மூத்தவன் வியட்நாம் பெண்ணையும் இரண்டாமவன் சீனப் பெண்ணையும் ‘லிவிங்ரூகெதராக’ வைத்திருக்கிறார்கள். சாருமதியின் மூத்த மருமகள் பாபர் சலூனில் வேலை செய்கிறாள். மருமகன் மீன்சந்தையில் வேலை செய்கிறான். ஒவ்வொருவரும் ஒவ்வொரு விதமான நிறங்கள், வித்தியாசமான

உருவங்கள், வித்தியாசமான ஆடைகள், வித்தியாசமான பழக்க வழக்கங்கள்.

அம்மா கேக் வெட்டி பிறந்தநாள் விழாவை ஆரம்பித்தார். தொடர்ந்து 'அம்மாவின் எண்பதாவது பிறந்த தின உரை' நிகழ்கிறது. முதலில் மகிழ்ச்சியுடன் பேசிய அம்மாவின் குரல் திடீரென மாறுகிறது. இலங்கையில் இருக்கும் அவரது மூத்த மகன் தேவராஜன் பற்றிக் கூறுகிறார். 'தேவராஜன் ஒரு தாழ்ந்த சாதிப் பெண்ணைக் காதலித்தான். அந்தப் பெண்ணை மணம்முடிப்பதில் எனக்கும் மற்ற பிள்ளைகளுக்கும் கொஞ்சங்கூட விருப்பமில்லை. பத்துவருடம் இழுபட்டது. பலவந்தமாக அவளது பெற்றோர்கள் வேறு ஒரு ஆணைத் திருமணம் செய்து வைத்தார்களா. திருமணம் நடந்து இரண்டாம் நாள் அவள் தூக்குப் போட்டுச் செத்து விட்டாள். அதற்குப் பிறகு மூத்த மகனுக்கு விசராக்கிப் போட்டுது. இப்போது அவன் இலங்கையில் இருக்கிறான். அவனை இப்போது பராமரிப்பது இறந்துவிட்ட அவனது காதலியின் தம்பிதான்.'

சொந்த நாட்டில் சாதியம் ஏற்படுத்தும் அவலமும் புலம்பெயர் நாடுகளில் அவை தகர்ந்து போவதையும் எடுத்துக்காட்டும் இக்கதை, காலமும் இடமும்தான் மனிதர்களின் வாழ்க்கையைத் தீர்மானிக்கின்றன என்பதை விபரிக்கிறது. உரையாடல்கள் மூலம் சில உண்மைகளை லாகவமாக வெளிப்படுத்திச் சிந்திக்க வைக்கும் ஆசிரியரின் திறன் பாராட்டும் வகையில் அமைந்துள்ளது.

ஸ்மாற்போன் இன்று பலரது பாவனையில் இருக்கிறது. அதன்மூலம் தகவல் தொழில் நுட்பத்தின் உச்சப் பயன்பாட்டை இன்று பலரும் அனுபவித்துக் கொண்டிருக்கிறார்கள். ஆனாலும் தகவல் தொழில் நுட்பத்தின் மறுபக்கமும் ஒன்றிருக்கிறது. ஒருவர் பாவிக்கும் ஸ்மாற் போனில் ஒரு செயலியை இயங்கவைத்து அவரைப் பயப்படும்படி செய்யலாம். அவரை மனநோயாளி ஆக்கிவிடலாம், தற்கொலை செய்யத் தூண்டிவிடவும் முடியும். 'யாரோ ஒளிந்திருக்கிறார்கள்' என்ற கதையில் மனோகரி என்பவள் தனது சினேகிதி உமாவுக்கு ஒரு ஸ்மாற்போனை

அன்பளிப்புச் செய்கிறாள். மனோகரி உமாவின் மேல் பொறாமை கொண்டவள். தான் அன்பளிப்புச் செய்த ஸ்மாற்போன் செயலி மூலம் உமாவை மனநோயாளி ஆக்கிவிடுகிறாள். நவீன உலகில் இத்தகைய நிகழ்வுகள் நடந்து கொண்டுதான் இருக்கின்றன என்பதை விளக்கும் கதை இது.

வெந்து தணிந்தது காடு என்ற கதை, இன்றைய கொரோனா தொற்றுச் சூழல் ஏற்படுத்தும் அனர்த்தங்கள் பற்றிப் பேசுகிறது. டாக்டர் அகிலன் வைத்திய சாலையில் வேலைசெய்யும் போது ஏற்படும் நிகழ்வுகள், அவனது அனுபவங்கள், நோயாளர்களிடையேயும் வைத்திய சாலை ஊழியர்களிடையேயும் எப்படி கொரோனா தொற்று பரவுகின்றன போன்ற பல்வேறு விடயங்கள், வேலை செய்யும் இடத்தில் மட்டுமன்றி அவனது குடும்பத்தில் ஏற்படுகின்ற மனச்சங்கடங்கள், மகள் அக்சரா மனதளவில் பாதிக்கப்படுதல் போன்ற பல்வேறு நிகழ்வுகளை இக்கதை விபரணமாக்குகின்றது. இயற்கையின் நியதியில் வெந்து தணிந்த காடு துளிர்ப்பது போன்றுதான் இந்தக் கொரோனா தொற்றும் என்றோ ஒருநாள் இயற்கையால் சீர்செய்யப்படும் என்ற கருத்தை முன்வைக்கிறது இக்கதை.

ஆங்கிலேயர்கள் அவுஸ்திரேலியாவுக்கு வந்த காலத்தில் அங்கு வாழ்ந்துகொண்டிருந்த அபோர்ஜினிஸ் பழங்குடியினரை கொன்றொழிக்கத் தொடங்கினர். ஏறத்தாழ 20000 பழங்குடியினர் கொன்று குவிக்கப்பட்டனர், பலர் கடத்தப்பட்டனர், பல பெண்கள் கற்பழிக்கப்பட்டனர் என்பது வரலாறு. எஞ்சிய பழங்குடியினர் பற்றைகளிலும் காடுகளிலும் மறைந்து வாழ்ந்துகொண்டு ஆங்கிலேயருடன் ‘கெரில்லா’ முறையிலான போரில் ஈடுபட்டனர். காலப்போக்கில் ஆங்கிலேயர்களிடத்தில் மனமாற்றம் ஏற்பட்டது. பழங்குடியினரிடம் அபகரித்த நிலங்களைத் திருப்பிக் கொடுத்தார்கள். படிப்படியாக பழங்குடியினர் அவுஸ்திரேலியச் சமூகத்துடன் சேர்ந்துவிட்டனர். இந்த வரலாற்றுத் தகவலை அடிப்படையாகக் கொண்டு பின்னப்பட்டவை ‘தலைமுறை தாண்டிய தரிசனங்கள்’, ‘கனவு காணும் உலகம்’ ஆகிய கதைகள்.

அவுஸ்திரேலியப் பூர்வீகக் குடியைச் சேர்ந்தவன் அடோனி. கரோலின் வெள்ளை இனத்தைச் சேர்ந்தவள். இருவருக்குமிடையே ஓர் ஈர்ப்பு ஏற்படுகிறது. வெள்ளைக்காரர்கள் தனது மூதாதையர்களுக்குச் செய்த கொடுமைகள், தனது இனத்தையே அழிக்க எடுத்த முயற்சிகள், காணாமல் போனவர்கள், கவர்ந்து கொல்லப்பட்டவர்கள், கற்பு சூறையாடப்பட்டவர்கள் எனப் பலவற்றை அடோனி அறிந்திருந்தான். கரோலினின் பாட்டன் முப்பாட்டன் ஆகியோரும் அக்கொடிய செயல்களைச் செய்தவர்கள் என்பது அடோனிக்குத் தெரிய வருகிறது. அதனால் கரோலின்மேல் அவனுக்கு வெறுப்பு ஏற்படுகிறது. ஆனால் கரோலினின் தந்தை தனது மூதாதையர் செய்த கொடுமைகளை வெறுப்பவர். அதனால் அந்தப் பாதகச் சுவடுகளை எரித்துவிட்டார் என்பதை கரோலின் கூறியபோது அடோனி அவளை ஏற்றுக் கொள்கிறான். ‘தலைமுறை தாண்டிய தரிசனங்கள்’ கூறும் கதை இது.

‘கனவு காணும் உலகம்’ என்ற கதை பின்வருமாறு அமைந்துள்ளது. தர்மு ஆசிய நாட்டைச் சேர்ந்த ரக்ஸி ஓட்டுனன். வேலை முடிந்து வீட்டுக்குத் திரும்பும் வேளையில் அவுஸ்திரேலிய பழங்குடி இனத்தைச் சேர்ந்த தர்னி என்ற பெண் அவனது ரக்ஸியை மறித்து பூர்வீகக் குடிகள் வாழும் பகுதிக்குப் போகவேண்டும் என்கிறாள். அவளது தாத்தா ஒரு ஓவியர். அவர் மரணப்படுக்கையில் இருக்கிறார். பூர்வீகக் குடிகளின் ஓவியங்களை வரைந்தவர். சென்ற இடத்தில், தர்மு தாத்தாவான ஓவியரையும் பார்க்க விரும்பினான். பார்த்தபின் மறுநாள் தனது வீட்டை அடைகிறான். முதல்நாள் இரவு தனக்கு ஏற்பட்ட அனுபவத்தை மனைவியிடம் கூறுகிறான். அப்போது அவனது வீட்டு ரீவியில் முதல்நாள் இரவு சந்தித்த தர்னி காட்சியளித்தாள். அவள் ஓர் ஊடகவியலாளர் என்பது தெரிய வருகிறது. ஓவியரான தனது தாத்தாவைப் பற்றிக் கூறுகிறாள். அந்த ஓவியர் பிலறிக்கெற்ஸ் என்றும் அவர் ஒரு வெள்ளைக்காரர் என்றும் தெரிய வருகிறது. ஆரம்பகாலங்களில் ஆதிவாசிகளைச் சுட்டுக்கொன்ற வெள்ளை இனத்தவரே தற்போது ஆதிவாசிகளின் வாழ்க்கைமுறையை ஓவியமாக்கிய பணி வியப்பைத் தருகிறது.

மேற்குறிப்பிட்ட இரண்டு கதைகளிலும் ஆசிரியர் வெறுமனே கதை சொல்பவராக அமையாது அதற்கும் மேலாக தான் வாழும் சமூகத்தின் வரலாற்றை அந்தச் சமூகத்தின் மேம்பாட்டிற்கான செய்தியை இப்படைப்புகளின் மூலம் வெளிக்கொணர்ந்துள்ளார்.

புலம் பெயர் நாட்டுக்கு அகதியாக வரும் பெண்கள் எதிர்நோக்கக் கூடிய பிரச்சினைகளை கலை அம்சத்துடன் விளக்குவது ‘பாம்பும் ஏணியும்’ என்ற கதை.

ஜனகன் ஓர் இளைஞன். அவன் வழமையாக உணவருந்தும் கடையின் உள்ளே இருந்த ஒருபெண் கடிதம் ஒன்றை அவனிடம் கொடுக்கிறாள். ‘நான் ஆபத்தில் சிக்கியுள்ளேன். இவர்கள் என்னைத் தினமும் சித்திரவதை செய்கிறார்கள், துன்புறுத்துகிறார்கள். உங்களால் எனக்குப் பாதுகாப்புத் தரமுடியுமா?’ என அக்கடிதத்தில் எழுதப்பட்டிருந்தது. அந்தப் பெண்ணைக் காப்பாற்றி அவளை ஒரு ஹோட்டலில் தங்க வைக்கிறான் அவன். அவர்களிடையே நெருக்கம் அதிகமாகிறது. பின்னர் அவன் அவளை ஒரு வாடகைவீடு எடுத்துத் தங்க வைக்கிறான். அவளுடன் குடும்பம் நடத்துகிறான். சில நாட்களில் மட்டுமே அவளோடு தங்குகிறான். நாட்செல்லச் செல்ல ஜனகனின் நடவடிக்கைகளில் சந்தேகம் கொள்கிறாள் அவள். என்னைத் திருமணம் செய்யுங்கள் அல்லது தனியாக வாழ விடுங்கள் எனக் கூறுகிறாள். ஜனகன் குடிபோதையில் அவளை அடித்துத் துன்புறுத்தி சித்திரவதை செய்கிறான். அவள் அவனது சித்திரவதைகளைத் தாங்க முடியாமல் பொலிஸ் ஸ்ரேஷன் சென்று முறையிடுகிறாள். பொலீஸார் ஜனகனைக் கைது செய்கிறார்கள். ஜனகன் ஏற்கனவே திருமணமானவன் அவனுக்கு பதினெட்டு, பதினாறு வயதில் இரண்டு பெண் பிள்ளைகள் இருக்கிறார்கள் என்பது தெரிய வருகிறது.

ஆசிரியர் குறைந்தளவு பாத்திரங்களைக் கொண்டு கதையை நகர்த்தி, தான் கூறவந்த சமூகச் செய்தியை இச்சிறுகதையில் கூறியிருப்பது அவரது எழுத்து வன்மைக்குச் சான்றாக அமைகிறது.

இத் தொகுப்பில் உள்ள 'தூங்கும் பனிநீர்', 'ஏன்?', 'அனுபவம் புதுமை', 'நாமே நமக்கு' ஆகிய கதைகளும் இலக்கியப் பெறுமானம் கொண்ட கதைகளே.

கே.எஸ். சுதாகரின் கதைகளில் காணப்படும் குறிப்பிடத்தக்க அம்சம் வடிவ நேர்த்தி! கதைகளைக் கட்டமைப்பதில் அவர் வல்லவராக இருக்கிறார். இதற்குச் சிறந்த எடுத்துக்காட்டுகளாக பால்வண்ணம், கலைந்த கனவு, பாம்பும் ஏணியும் ஆகிய கதைகளைக் குறிப்பிடமுடியும். இவற்றுள் பால்வண்ணம், கலைந்த கனவு ஆகிய கதைகள் உளவியல் பாங்குடைய சிறுகதைகளாகவும் அமைந்துள்ளன.

தெளிந்த நீரோட்டம் போன்று அநாயாசமாகக் கதைகளை நகர்த்திச் செல்லும் ஆசிரியரின் திறனும் அவரது சிறந்த மொழிநடையும் பாராட்டத்தக்க வகையில் அமைந்துள்ளன.

ஒரு மலர்மாலையில் பல்வேறுபட்ட நிறமும் மணமும் கொண்ட பூக்கள் தொடுக்கப்பட்டிருப்பது போன்று, இத் தொகுப்பில் பல்வேறுபட்ட கருவும் உருவும் கொண்ட கதைகள் தொகுக்கப்பட்டிருப்பது வாசகரது இரசனைக்கு நல்விருந்தாக அமையும்.

இத்தொகுப்பில் உள்ள ஒவ்வொரு கதையையும் படித்து முடித்ததும், அவை தரும் உணர்வுகள் படிப்பவர் மனதில் தொற்றி நிற்கும் என்பதைத் திடமாகக் கூறலாம். ஆசிரியருக்கு மேலும் பல வெற்றிகள் காத்திருக்கின்றன என்பதை இச்சிறுகதைத் தொகுதி கட்டியம் கூறுவதாய் அமைந்துள்ளது.

சுதாகருக்கு எனது மனப்பூர்வமான வாழ்த்துகள்.

தி.ஞானசேகரன்
ஞானம் சஞ்சிகை, பிரதம ஆசிரியர்

3-பி, 46ஆவது ஒழுங்கை,
கொழும்பு - 06
இலங்கை

'பால்வண்ணம்' கதை குறித்து...

காதல் என்பது அன்பு, மென்மை, வசீகரம், இணைவு, ஆசை போன்ற பல வலிமையான விடயங்கள் இணைந்த சிக்கலான உணர்ச்சியாயினும் ஆரோக்கியமானது. ஆயினும் 'காதல்' என்ற வேரிலிருந்து மேலெழும் பிரச்சினைகள் தொடர்பான துஷ்பிரயோகங்கள், வன்முறைகள், தற்கொலை முயற்சிகள், தற்கொலைகள் போன்றவை இங்கு அதிகரித்து வருகின்றன. சோலைக்குயில் அவைக்காற்று களம் நடத்தும் சீர்மிய வகுப்பிற்கு வரும் ஆசிரியர்கள், விரிவுரையாளர்கள், வங்கியாளர்கள், வைத்தியசாலை உத்தியோகத்தர்கள் இது தொடர்பான பல கேள்விகளை என்னிடம் கேட்டுள்ளனர். குறிப்பாக 'காதல்' பற்றிப் பிள்ளைகளுக்கு என்ன சொல்ல வேண்டும் என்று வினாவுவர். நானும் அவ்வப்போது பொருத்தமான பதில்கள் கூறுவதுண்டு. சென்ற வகுப்பில் *(08.05.2022)* உங்கள் 'பால்வண்ணம்' சிறுகதையை வாசித்தோம். தனிப்பட எனது வாசிப்பில் என்னை மிகக் கவர்ந்த கதை இது. "காதல் எவ்வளவு உயர்வானது, உன்னதமானது, எவ்வளவு காலமும் நிலைக்கக் கூடியது" என்பதை அழகாகச் சொல்கிறது. 'உயர' என்றே கதை முடிகிறது. 'பால்வண்ணம்' என்ற தலைப்பும் அருமை. பால் தூய்மையானது. வெண்ணிறமானது. நிறையுணவு.

வீசப்படவேண்டிய பகுதி அற்றது. காதலும்கூட ஒரு வலி நிவாரணியாக இருக்கக் கூடிய மருந்து என்கிறது விஞ்ஞானம். இக்கதையின் ஆண் பாத்திரம் சம காலத்தில் வாழும்போது அவளை 'நீங்கள்' என விழிப்பதும், கடந்தகால நினைவுகளில் கதை செல்லும்போது 'நீர்' 'நீ' என அழைப்பதும் ரசிக்கக் கூடிய விடயம். காதல் உணர்வுக்குள் இருக்கும்போது மூளையின் பல பகுதிகள் நல்ல இயக்கத்தில் இருக்கும். அதனால்போலும் பாத்திரங்கள் தூங்க நேரம் சென்றாலும் நடத்தை விலகல் காணப்படவில்லை. எழுத்தாளர் ஆணாக இருந்தும் பெண்பாத்திரத்தைக் கோபுர உச்சியில் ஏற்றி வைத்துள்ள நேர்த்தி அற்புதம் என்று பல விடயங்களை விவாதித்து மகிழ்ந்தோம். ஆகவே காதலிப்பது தவறில்லை. பொருத்தமான வயது, தீர்மானம் எடுக்கும் திறன், உணர்ச்சிகளைச் சமநிலைப்படுத்தும் தன்மை, நடத்தைச் செம்மை ஆகியவை தொடர்பாகவே பிள்ளைகளுக்குத் தெளிவுபடுத்தவேண்டும் என்ற முடிவுக்கு வந்தோம். சென்ற வகுப்பிலும் *(15.05.2022)* இக் கதைபற்றிய பேச்சு வந்தபோது இந்த எழுத்தாளரை உருவாக்கிய யூனியன் கல்லூரி நல்லாசிரியர்கள் யாராக இருக்கும் என்று கலந்துரையாடினர். காதல் உணர்வின்போது சுரக்கும் *dopamine, nor epinephrine, oxytocin, vasopressin* போன்றவை ஆறுதல் தருபவை என்ற உளவியல் உண்மையையும் நினைவுபடுத்தினேன். வாழ்க்கை என்ற பூவுக்குக் காதல்தான் தேன் என்ற கருப்பொருளைக் கொண்ட கதைக்கு என் மனம் நிறைந்த பாராட்டுகள்.

திருமதி கோகிலா மகேந்திரன்

என்னுரை

இலங்கையில் சிறுவனாக இருக்கும்பொழுதே எழுத ஆரம்பித்துவிட்ட போதிலும், அவுஸ்திரேலியாவிற்குப் புலம்பெயர்ந்து வந்த பிற்பாடுதான், இலக்கியம் மீதான ஆர்வம் சற்றே அதிகமானது. என்னுடைய எழுத்து முயற்சியில் ஒரு பாய்ச்சலை ஏற்படுத்தியது, இலங்கையிலிருந்து வெளியாகும் 'ஞானம்' சஞ்சிகை. அதன் பின்னர் மல்லிகை, ஜீவநதி, கணையாழி, செம்மலர், கல்கி போன்ற சிற்றிதழ்கள்/ சஞ்சிகைகளிலும் பத்திரிகைகளிலும் எழுத ஆரம்பித்தேன்.

புலம்பெயர் எழுத்தாளர்கள் வாழ்வின் பாதகமான பக்கங்களை மட்டுமே தொடர்ந்து எழுதி வருகின்றார்கள் என்ற குற்றச்சாட்டு நிலவுகின்றது. என்ன செய்வது? நமக்கு அப்படியாக அமைந்துவிட்டது. இந்தத் தொகுப்பில், நாமும் எமக்கு அடுத்த தலைமுறையும் அடைந்துள்ள கல்வி சமூக பொருளாதார முன்னேற்றங்கள் பற்றிய சாதகமான அனுபவங்கள் கொஞ்சம் தலை நீட்டுகின்றன.

தொகுப்பிலுள்ள கதைகள் - ஞானம் (இலங்கை), கணையாழி (இந்தியா), செம்மலர் (இந்தியா), இலக்கியவெளி (கனடா), எதிரொலி (அவுஸ்திரேலியா), தினக்குரல் (இலங்கை), வீரகேசரி

(இலங்கை), கனடா உதயன் என்பவற்றில் வெளிவந்தவை. கடந்த ஐந்து வருடங்களில் எழுதப்பட்டவை. கதை நிகழும் இடங்களாக இலங்கை, நியூசிலாந்து, அவுஸ்திரேலியா, பிரான்ஸ் போன்ற நாடுகளும், கதை மாந்தர்களாக பல்லின கலாசார மக்களும் வருகின்றார்கள். எனது இந்தக் கதைகளை வெளியிட்ட சஞ்சிகைகள்/பத்திரிகைகள் ஆசிரியர்களுக்கும், அப்போது கதைகளுக்கான படங்களை வரைந்த ஓவியர்களுக்கும் இத்தருணத்தில் நன்றி கூறுகின்றேன்.

ஒரு சஞ்சிகையை வெளிக்கொணருவதென்ற பாரிய முயற்சியில், கடந்த இருபத்திரண்டு வருடங்களாக இடையறாது செயற்பட்டுக் கொண்டிருக்கும் 'ஞானம்' சஞ்சிகையின் ஆசிரியர் டாக்டர் தி. ஞானசேகரன் அவர்கள், தனது வேலைப்பளுவின் மத்தியிலும் இந்தத் தொகுப்பிற்கு முன்னுரை எழுதி சிறப்பித்துள்ளார். அத்தோடு பல ஆலோசனைகளையும் தந்திருக்கின்றார். அதே போல கடந்த இருபத்தைந்து வருடங்களுக்கும் மேலாக வெளிவந்து கொண்டிருக்கும் 'வெற்றிமணி' பத்திரிகையின் ஆசிரியர், கலாநிதி மு.க.சு.சிவகுமாரன் அவர்கள் அழகான அட்டைப்படம் வரைந்து தந்திருக்கின்றார். இருவருக்கும் எனது மனமார்ந்த நன்றிகள்.

இத்தொகுப்பின் தலைப்புக் கதையான 'பால்வண்ணம்' வெளியாகி, நாலைந்து மாதங்கள் கழிந்த நிலையில் எழுத்தாளர் கோகிலா மகேந்திரன் அவர்களிடமிருந்து கதை பற்றிய ஒரு காத்திரமான பதிவு வந்திருந்தது. அவர் நடத்தும் சீர்மிய வகுப்பில் இந்தக் கதையை வாசித்து உரையாடியும், கதையின் ஒரு பகுதியை நாடகமாக நடித்தும் இருக்கின்றார்கள் என்ற செய்தி என்னை மகிழ்ச்சியில் ஆழ்த்தியது. அவருக்கும் எனது நன்றி.

சிங்கப்பூர் 'மாயா இலக்கிய வட்டம்' நடத்திய குறுநாவல் போட்டியில் இரண்டாவது பரிசை வென்ற 'வளர் காதல் இன்பம்' நாவலை இலவசமாகவே அச்சிட்டுத் தந்தவர்கள் 'எழுத்து' பிரசுரத்தினர். இலங்கையிலும் புலம்பெயர் நாடுகளிலும் இந்நாவல் பரவலாக வாசிக்கப்படவில்லை

என்றாலும் சமீபத்தில் இந்தியத் திரைப்படத்துறையைச் சார்ந்த ஒரு குழுவினர் இந்நாவலைத் திரைப்படமாக்கும் முயற்சியில் என்னை அணுகியிருந்தார்கள். என்னை அடையாளம் காட்டிய எழுத்து பிரசுரத்தின் மூலம் இந்தச் சிறுகதைத்தொகுப்பும் வெளிவரவேண்டும் என்பதே விருப்பம். அதைப் பூர்த்தி செய்து, சிறப்பாக அச்சிட்டுத் தந்த ஸீரோ டிகிரி பதிப்பகத்தினர் ராம்ஜீ, காயத்ரி அவர்களுக்கும் எனது மனமார்ந்த நன்றி.

கே.எஸ். சுதாகர்

kssutha@hotmail.com
shuruthy.blogspot.com

பால்வண்ணம்

நான் அவுஸ்திரேலியா வந்திருந்தபோது, நீ இங்குதான் இருக்கின்றாய் என்பதைத் தெரிந்துகொண்டேன். ஆனால் திருமணம் செய்யாமல், தனித்து இருக்கின்றாய் என்றபோது மனமுடைந்து போனேன். ‘நான் உன்னைச் சந்திக்க விரும்புகின்றேன்’ என்று தொலைபேசியில் கேட்டபோது தயங்காமல் ‘தாராளமாக’ என்றாய்.

ஏறத்தாழ முப்பது வருடங்களில் என்னை மறந்திருப்பாய் என நினைத்திருந்தேன்.

O

சிட்னி நகரின் மத்தியில், இருபத்திநான்கு தளங்கள் கொண்ட குடியிருப்பில், இரண்டு படுக்கை அறைகள் கொண்ட வீட்டில், “வாருங்கள்... வாருங்கள்...” என முகம் மலர வரவேற்றாள். என்னை அடிமுதல் நுனிவரை கணப்பொழுதில் அளவெடுத்தாள். வாழ்க்கையில் லௌகீக இன்பங்களை அனுபவித்து சருகாகிப் போய்விட்ட எனக்கு, அவளின் இளமைத் தோற்றம் வியப்பைத் தந்தது. பிக்ஸி ஹேர்கட்டுடன், பாவாடை சட்டையில் நின்றாள். அலங்காரங்கள் எதுவும் இல்லை. மாசுமறுவற்ற கனிந்த பழமொன்று, சுவைக்கப்படாமலே, காலத்துடன் தன்னளவில் சுருங்கிப் போயிருப்பதாக உணர்ந்தேன்.

வீடு பளிச்சென்று அழகாக இருந்தது. டாம்பீகமான பொருட்கள் எதுவும் இல்லை.

“நான் உங்களை மதியச் சாப்பாட்டிற்கல்லவா அழைத்திருந்தேன். நீங்கள் இரவுச் சாப்பாட்டிற்கு வந்திருக்கின்றீர்கள்...” இரண்டுமணி நேரம் தாமதமாக வந்துவிட்டதை இப்படி அழகாகச் சொன்னாள்.

“மன்னிக்க வேண்டும். அவுஸ்திரேலியா எனக்குப் புதிது. அக்காவின் கணவர் ரவுணுக்குள் கார் ஓடமாட்டார். என்னைத் தங்களுக்கு அருகேயுள்ள ஸ்ரேஷனில் இறக்கிவிட்டார். நான் றெயின் எடுத்து, பஸ் எடுத்துவரத் தாமதமாகிவிட்டது. ஒரு பேராசிரியைக்கு நேரம் பற்றிய கரிசனை என்னவென்று எனக்குத் தெரியும்...”

சிரித்துவிட்டு, “அப்படியில்லை. நேரத்திற்குச் சாப்பிட வேண்டும். அதுதான். முதலில் சாப்பிடுவோம். பின்னர் கதைப்போம்.” சாப்பாட்டு மேசைக்குக் கூட்டிச் சென்றாள். மேசையில் எனக்கு எதிராக நின்றுகொண்டு உணவு பரிமாறினாள்.

“நீங்கள் சாப்பிட்டு விட்டீர்கள்தானே?”

“அது எப்படி விருந்தாளியைவிட்டு நான் சாப்பிட முடியும்?” தனக்கும் ஒரு பிளேற் எடுத்துக் கொண்டாள்.

விருந்தாளி... இன்று நான் ஒரு விருந்தாளியாகிப் போனேன்... நான் சாப்பிடுவதை நிறுத்தி அவளையே பார்த்தபடி இருந்தேன்.

“பாக்கிறது இருக்கட்டும். முதலிலை சாப்பிடுங்கோ. பிறகு நிறையப் பாக்கலாம், கதைக்கலாம்.”

சாப்பிடும்போது பழைய நினைவுகள் வரவே புரைக்கடித்தது.

“மன்னிக்கவும். தண்ணீர் வைக்க மறந்து போனேன்” எழுந்து சென்று இரண்டு கண்ணாடிக்குவளைகள் எடுத்துவந்து நீர் ஊற்றினாள். இதமான சுடுநீர். குடித்தும் புரை நிற்கவில்லை. எழுந்து வந்து, தன் இடது கையினால் என் தலையில் மெதுவாக மூன்று தடவைகள் தட்டினாள்.

"சாப்பாடு சரியில்லை போல... அதுதான்" சொல்லிவிட்டு மறுகரையில் போய் இருந்து உணவருந்தத் தொடங்கினாள்.

சமையல் பிரமாதம் இல்லைத்தான். அதைச் சொல்ல முடியாது.

"சா...! தேவாமிர்தம்.... சமையல் பக்குவம் பிரம்மாதம்" சொல்லியபடி மளமளவென்று சாப்பிட்டேன்.

சாப்பாட்டின் பின்னர் பழங்கள் வெட்டித் தந்தாள். சாப்பிட்டுக் கொண்டே கதைத்தோம். இடையே இரண்டு தொலைபேசி அழைப்புகள் அவளுக்கு வந்தன. அவளின் அப்பா நாளை ஞாயிற்றுக்கிழமை வருவதாகச் சொன்னார்.

"அப்பா வந்தால் இரண்டு மூன்று நாட்கள் என்னுடன் தங்கிச் செல்வார். மற்றும்படி அண்ணா குடும்பத்துடன் இருக்கின்றார்."

எங்கள் நீண்ட உரையாடல் - பெரும்பாலும் அவளின் நண்பர்களைப் பற்றியும், என்னுடைய நண்பர்களைப் பற்றியுமாக அமைந்தது.

"என்னுடைய குடும்பம் பற்றிக் கேட்க மாட்டீரா?"

"இல்லை... நீங்கள் சொன்னால் கேட்பேன்."

"மனைவி சமீபத்தில் இறந்து போனாள். இரண்டு பிள்ளைகள். திருமணம் முடித்துவிட்டார்கள்."

அவள் இருக்கையைவிட்டு எழுந்து மனதிற்குள் தியானித்துக் கொண்டாள்.

"மனைவியின் இழப்பிற்கு எனது ஆழ்ந்த கவலை. எப்படி இறந்தார்?"

"நிறைய வருத்தங்கள். எதுவென்று குறிப்பிட்டுச் சொல்ல முடியாது!"

'எல்லாம் கரைகண்டு, பிள்ளைகுட்டிகளையும் பேரப் பிள்ளைகளையும் கண்டு, மனைவியையும் இழந்த பின்னர் தான் என்னைச் சந்திக்க வந்தீர்களா?' என என்னைக் கேட்கவில்லை. என் மனைவியின் இழப்பிற்கு மௌன அஞ்சலி செலுத்துகின்றாள்.

திடீரென்று, "உங்கள் வலது காலுக்கு என்னவாயிற்று? சாதுவா இழுத்து இழுத்து நடக்கின்றீர்களே!" எனக் கேட்டாள்.

"ஏன்...? அப்படிப் பெரிசா வித்தியாசம் தெரியுதா?" சிரித்தேன். என் சிரிப்புடன் அவளும் கலந்துகொண்டாள்.

"இல்லை... முந்தி நான் சந்திச்ச போது இல்லைத்தானே! அதுதான் கேட்டேன்."

"அதை விடுங்க... அது ஒண்டும் பெரிய குறையா எனக்குத் தெரியேல்லை..."

"சரி... இப்ப வேலையிலிருந்து ஓய்வு பெற்றுவிட்டீர்களா?"

"இல்லை... இன்னும் சில வருடங்கள் இருக்கு."

ஜன்னல் சீலையை விலத்தி வானத்தைப் பார்த்தாள். வானம் தன் அந்திம நேரத்திற்குப் போயிருந்தது. தூரத்தே நகரின் வண்ணமயமான காட்சி கண்ணுக்கு விருந்தானது. 'சிட்னி துறைமுகப்பாலம்', 'ஒப்ரா ஹவுஸ்' இரண்டும் பனிப்புகாரினுள் பொத்திப்பொத்தி முகம் காட்டின.

"இரவு தங்கி காலை புறப்படுங்கள். அவசரம் ஒன்றும் இல்லைத்தானே?" அவளின் கேள்வி என்னைத் திடுக்கிட வைத்தது. அதன் அர்த்தத்தைப் புரிந்து கொள்ள முடியாமல் தவித்தேன். என்னைப் பரீட்சைக்கு உட்படுத்தி சங்கடத்தில் ஆழ்த்திவிட்டாளே!

"என்ன சத்தத்தைக் காணோம்... உங்கள் விருப்பம். நான் வற்புறுத்த மாட்டேன்."

"இல்லை... அதற்குரிய ஆயத்தங்களுடன் வரவில்லையே!"

"ஒன்றுக்கும் கவலைப்படாதீர்கள். உங்களுக்குத் தேவையான சகலமும் என்னிடம் இருக்கின்றன."

நான் அக்காவுக்கு தொலைபேசினேன். "நான் இன்று இரவு வரமாட்டேன். காலையில் வருகின்றேன். நண்பருடன் தங்குகின்றேன்" சொல்லிவிட்டு அவளைப் பார்த்தேன். அவள் புன்முறுவல் செய்தாள்.

எங்கள் இருவருக்குமிடையேயான உரையாடல் மீண்டும் ஆரம்பமானது, நீண்டது. அவளின் கண்டுபிடிப்புகள், கற்பித்தல் முயற்சிகள் பற்றி விசாரித்து அறிந்து கொண்டேன்.

"யூனிவசிட்டிக்கு நடந்து போக எனக்கு 6 நிமிடங்கள் போதும். நான் இருக்கும் இருபதாவது மாடியில் இருந்து கீழ் இறங்கத்தான் 2 நிமிடங்கள் தேவை."

அவள் தன் பல்கலைக்கழகப் புதினங்களையும், நான் என் தொழில் சார்ந்தவற்றையும் கதைத்து முடிக்க இரவாகிவிட்டது. கதைப்பதற்கு இனி எதுவும் இல்லையென்றபோது

"இங்கே நான் இருப்பதை எப்படித் தெரிந்து கொண்டீர்கள்?"

"அதுவா? இலங்கையில் கஸ்டப்படும் மாணவர்களுக்கு உதவும் அமைப்பைச் சேர்ந்த ஒருவர், அக்கா வீட்டிற்கு வந்திருந்தார். அவரின் பெயரை மறந்துவிட்டேன். அவருடன் கதைக்கும் போது அறிந்து கொண்டேன்."

அவள் சிரித்துவிட்டு, "நல்ல அமைப்பு. போரினால் பாதிக்கப்பட்ட தமிழ் மாணவர்களின் கல்வி வளர்ச்சிக்கு உதவி வருகின்றார்கள். போரினால் தந்தையை தாயை வாழ்வாதாரங்களை இழந்த பல மாணவர்கள் இருக்கின்றார்கள்" என அந்த அமைப்பைப்பற்றி நிறையவே சொல்லிச் சென்றாள். தான் அப்படிப்பட்ட மாணவர்களில் ஆறுபேருக்கு, அந்த அமைப்பினூடாக உதவி செய்கின்றேன் என்பதை மறைத்துவிட்டாள்.

உறங்கப் போகும் சமயத்தில் அணிவதற்கு மாற்று உடுப்புகள் தந்தாள். மருந்துகள் போட நீர் வேண்டும் என்று கேட்டபோது, தேநீர் தந்தாள். பல் துலக்க பிறஸ் பேஸ்ற் என்று எந்தக் குறையும் வைக்கவில்லை. சுவாமி தரிசனம் செய்தபின், எனக்கும் திருநீற்றுக் குறியிட்டாள். "சரியான சுவாமி பக்தை போல.."

திருநீற்றுக்குறி வாழ்க்கை நிலையற்றது, இருக்கின்ற காலத்தை நல்லவிதமாக வாழ்ந்து முடியுங்கள் என்பதைத்தானே சொல்கின்றது.

"உங்களுக்குப் புது இடம் எண்டபடியாலை லைற்றைக் கொஞ்சம்

தணிய வைச்சிருக்கிறேன். ஏதாவது தேவை எண்டா தயங்காமக் கதவைத் தட்டுங்கோ. எனக்குக் கொஞ்சம் லப்ரொப்பில் வேலை இருக்கு. குட் நைற்.”

“குட் நைற்.”

எனக்கான அறைக்குள் நுழைந்து கொண்டேன்.

“ஏதாவது போரடிச்சால் பாட்டுப் போட்டுக் கேளுங்கோ. என்னட்டைப் பழைய பாட்டுகள்தான் இருக்கு. அப்பா வாற நேரங்களில விரும்பிக் கேட்பார்” மறு அறையில் இருந்து குரல் வந்தது.

“ஓ... இது அப்பாவின் அறையோ?” நான் மெதுவாகத்தான் கேட்டேன். ஆனாலும் பதில் வந்தது.

“இப்போது உங்களின் அறை!”

“ஓகே... ஓகே... தாங்ஸ்.”

அருகேயிருந்த பழைய காலத்து ரேப் றைக்கொட்டரைப் பார்த்தேன். அது நாம் இருவரும் முதன்முதலாக சந்தித்துக்கொண்ட காலத்திற்கு என்னை அழைத்துச் சென்றது.

○

உனக்கு ஞாபகம் இருக்கின்றதா?

முதன்முதலில் உன்னைச் சந்தித்த நாட்களில், ‘நான் உன்னைத் திருமணம் செய்ய விரும்புகின்றேன்’ என்று சொன்னபோது, நீ என்னை ஏறிட்டுப் பார்த்தாய். ‘என்னில் என்ன இருக்கின்றது’ என்பது போன்ற பார்வை. அப்போது உனக்கு பத்தொன்பது அல்லது இருபது வயதுதான் இருக்கும். இருப்பினும் திடீரென்று தயங்காமல், ‘நான் படிக்க விரும்புகின்றேன்’ என்று சொன்னாய்.

உண்மை. அப்போது நீ பல்கலைக்கழக அனுமதி பெற்று படிப்பதற்கான ஆயத்தங்களில் இருந்தாய். நான் படிப்பை முடித்து ஒன்றரை வருடங்கள் இருக்கும். நாட்டுச் சூழ்நிலை காரணமாக படிப்பைத் தொடரமுடியாமல், நான் வேலை செய்யும் இடத்தில் எனது செக்ஷனில் செய்முறைப்

பயிற்சிக்காக வந்திருந்தாய். உன்னுடன் மூன்று பெண்களும் ஒரு ஆணும் வந்திருந்தார்கள். பெண்கள் நிறையப் படிக்க வேண்டும், வாழ்க்கையில் அவர்கள் உன்னத நிலையை அடைய வேண்டும். அதில் எனக்கு மாற்றுக்கருத்து இருந்ததில்லை.

ஒன்றைக் கவனித்தீரா? நான் உன்னைச் சந்தித்து ஒரு மாதத்திற்குள்ளேயே உன் மீது கண் வைத்துவிட்டேன். உனது திறமைகள் கூட என்னை வியப்பில் ஆழ்த்தின. உன்னுடைய அகன்ற முட்டைக்கண்களில் சொக்கிவிட்டேன். 'நான் உன்னைக் காதலிக்கின்றேன்' என்று சொல்லாமல் 'திருமணம் செய்ய விரும்புகின்றேன்' என்றுதான் சொன்னேன். காதல் என்ற ஒன்றை நீ விரும்பமாட்டாய் என்பதை உனது நடவடிக்கைகள் மூலம் அறிந்துகொண்டேன். தினமும் திருநீற்றுக்குறியும் சந்தனப்பொட்டுடனும் திரியும் சாமியார் கோலம் உன்னுடையது. எனக்கும்கூட காதலில் அவ்வளவு அக்கறை கிடையாது. என் நண்பர்கள் 'நீ அழகில்லை. குட்டையான தோற்றம் கொண்டவள். நாகரீகமான ஆடைகள் அணியத் தெரியாது' என்றெல்லாம் என்னைக் கேலி செய்தார்கள்.

ஆனாலும் என்ன? உன் பதில் என்னை சிந்திக்க வைத்தது.

'நான் படிக்க விரும்புகின்றேன்.'

என்னுடைய கேள்விக்கு 'நான் உங்களை விரும்பவில்லை' என்று சுருக்கமாகச் சொல்லி வெட்டியிருக்கலாம். பிரச்சினை அத்துடன் முடிந்திருக்கும். ஆனாலும் நீ அப்படிச் சொல்லவில்லை. 'காத்திருங்கள்' என்ற அர்த்தத்தில் நான் அதை எடுத்துக் கொள்வதா?

இடியப்பச்சிக்கலில் சிலகாலம் நான் உன்னைச் சுற்றிச் சுற்றி வட்டமிட்டேன். எங்களுக்கான தொடர்பு சரிவராமல் போகக்கூடும் என்ற கணத்தில், ஞாபகத்திற்காக உன்னைக் கொண்டு ஒரு புத்தகத்தின் சில பக்கங்களைப் பிரதிபண்ணித் தரமுடியுமா என்று கேட்டேன். சுப்பீரியர் என்ற முறையில், கொஞ்சம் அதிகாரத்துடன் அப்படி நான் கேட்டதாக நீ நினைக்கக்கூடும். இருப்பினும் மறுக்காமல் மணிமணியான உன் கையெழுத்தில் எழுதித் தந்தாய்.

இருப்பினும் உள்மனதில் இருந்துகொண்ட மிருகமொன்று, இதையும் செய்து பார்த்துவிடு என்றது. ஒரு புரளியைக் கிழப்பி தீர்க்கமானதொரு முடிவை எடு என தினமும் என்னைத் தொந்தரவு செய்தது. ஒரு கடிதம் ஒன்றை எழுதி உன்முகவரியிட்டு அனுப்பி வைத்தேன். ஒருவேளை கடிதம் உன் கையில் கிட்டாமல், உன்குடும்பத்தில் வேறொருவரிடம் சிக்கிவிட்டால் என்னும் கள்ளநோக்கில் அதற்கொரு உபாயமும் செய்து வைத்தேன்.

‘அன்பின் நண்பிக்கு,

உன் கடிதம் கிடைத்தது. உன் குடும்பம் பற்றிய தகவல்கள் எல்லாம் அறியத் தந்ததற்கு நன்றி. அண்ணா தங்கைகளின் மத்தியில் உன்னுடைய நிலைப்பாட்டையும் தெரிவித்திருந்தாய். பெற்றோரின் கண்டிப்பு பற்றியெல்லாம் எழுதியிருந்தாய்...’

இப்படியெல்லாம் கடிதத்தில் எழுதியிருந்தேன். பார்ப்பவர் கண்ணுக்கு, நீ எனக்கு முன்பு ஒரு கடிதம் எழுதியிருந்தாய் என்ற தோற்றம் கொடுக்கும் வகையில் அந்தக் கடிதத்தை வரைந்திருந்தேன். எப்படியோ அந்தக் கடிதத்தை நீயும் படித்திருப்பாய். ஆனாலும் எந்தவித பிரச்சினையும் உன்னால் கிழம்பவில்லை. என்னில் நீ கொண்டிருக்கும் மரியாதையை அது உணர்த்துவதாக நான் நினைத்தேன்.

‘நான் எந்தவொரு கடிதமும் எழுதவில்லை’ என்பதற்கு எத்தனை தெய்வங்களையெல்லாம் நீ சாட்சிக்கு அழைத்திருப்பாய் என்பதை நான் அறிவேன். ஒரு பெண் இவ்வளவு நல்லவளாக இருப்பது என்பது என் நெஞ்சை மேலும் கிளறி உன்மேல் உன்மத்தம் கொள்ளவைத்தது. உன்னுடைய நோக்கம் எதுவெனத் தீர்க்கமாகத் தெரிந்ததும் விலகிக் கொண்டேன். உன் நோக்கம் பல்கலைக்கழகப் படிப்புடன் மட்டுப்படுத்துவதாக இருந்திருந்தால், காத்திருந்திருப்பேன். ஆனால் உனது ‘வெளி’ பெரியது என்பதைப் புரிந்து கொண்டேன்.

கடிதத்திற்கான பலன் கிட்டியபோது காலம் கடந்துவிட்டிருந்தது. எனக்குத் திருமணம் நிட்சயம் செய்யப்பட்டிருந்தது.

உன் அண்ணா ‘எங்கள் இருவரினதும் எதிர்காலம்’ குறித்து என்னைச் சந்திக்க விரும்பியபோது, நான் என் திருமணத்திற்கான அழைப்பிதழை உறவினர்களுக்கும் நண்பர்களுக்கும் குடுத்துக் கொண்டிருந்தேன்.

இன்று?

நீ உனது நோக்கத்தை எட்டிவிட்டாய். ஆனால் அதுவே பூரணத்துவமான வாழ்க்கை என நீ நினைக்கின்றாயா? உனது திருமணத்தைத்தான் நான் சொல்கின்றேன். நிட்சயமாக உனது பெற்றோர்கள் உனக்கொரு திருமணத்தைச் செய்து வைக்கவே விரும்பியிருப்பார்கள். ஆனால் நீ... படிப்பை முடித்து, உன் நோக்கம் நிறைவேறியபின் அதற்கான காலம் கடந்துவிட்டிருந்ததை உணர்ந்திருப்பாய், அல்லது உண்மையிலேயே அப்படிப்பட்ட சிந்தனை உனக்கு இல்லாமலும் இருந்திருக்கலாம்.

நீ இத்தனை வருடங்களாக தொழிலும் வீடுமாக தனியாக இருப்பதாக அறிந்தேன். அப்பாவுடன் இருந்திருக்கலாம். அவருக்குக்கூட கஸ்டத்தைக் குடுக்க நீ விரும்பவில்லை.

இவ்வளவும் அறிந்த பின்னரும், எப்படி உன்னைச் சந்திக்காமல் நான் இலங்கை திரும்புவேன். வாழ்க்கை மீண்டும் ஒருதடவை நம் சந்திப்பை விரும்பும்போது, நாம் ஏன் அதற்குத் தடையாக இருக்க வேண்டும்?

நீங்களும் சந்திப்பதை விரும்பியிருந்தீர்கள்.

○

இரவு என்னால் நன்றாக உறங்க முடியவில்லை. மனசில் ஒரு கொந்தளிப்பு. இன்றைய நாளில் உன்னுடைய நிர்மலமான முகத்தின் வண்ணத்தை நான் பார்த்தேன். வெள்ளை மனதின் பேரழகைத் தரிசித்தேன். நான் நினைப்பது போல் அல்லாமல், அதற்கென்றொரு மறுபக்கம் இருக்கின்றதா? நான் வீட்டிற்குப் போவதற்கான சகல வழிகள் இருந்தும், இரவு இங்கே என்னை ஏன் தங்க வைத்தாய்? நான் கூட அதற்கொரு மறுப்பைச் சொல்லி நடையைக் கட்டியிருக்கலாம்.

நீ உன் வாய் திறந்து எதுவும் சொல்லாமல், எப்படி நான் உன்னைப் புரிந்து கொள்வது?

நான் தானே என் உட்கிடக்கையை முப்பது வருடங்களுக்கு முன்னமே சொல்லிவிட்டேனே! நீ கூட உன் பதிலை அறுத்து உறுத்துத்தான் சொன்னாய். 'நான் படிக்க வேண்டும்' அதன் விளக்கம், அதன் எல்லை இன்று கடந்துவிட்டதா?

ரேப் றக்கோடரின் சத்தத்தை மெதுவாகக் குறைத்து வைத்து, அதன் ஆளியை அமுக்கினேன்.

'பால் வண்ணம் பருவம் கண்டு
வேல் வண்ணம் விழிகள் கண்டு
மான் வண்ணம் நான் கண்டு வாடுகிறேன்'

ஆண்குரலைத் தொடர்ந்து பெண்குரல் சோடி சேர்கின்றது.

'கண் வண்ணம் அங்கே கண்டேன்
கை வண்ணம் இங்கே கண்டேன்
பெண் வண்ணம் நோய் கொண்டு வாடுகிறேன்'

ரேப் றக்கோடரை நிறுத்திவிட்டு, படுக்கையில் இருந்து எழுந்து கொண்டேன். மெதுவாக அடியெடுத்து அவளின் அறை நோக்கிச் செல்கின்றேன். மணிக்கூட்டு முள்ளின் சத்தம் தவிர்ந்து வேறு எந்த ஒலிகளும் இல்லை. அவளின் அறைக்கதவு அகன்று திறந்தே கிடக்கின்றது. உள்ளே கட்டிலில் அமர்ந்தபடி மடிக்கணினியில் ஏதோ பார்த்தபடி இருந்தாள். படுக்கையின் மேல், முப்பது வருடங்களுக்கும் முன்னர் எடுத்த புகைப்படம் முட்டைக்கண் சிமிட்டுகின்றது. வேல் போல் புருவம் கொண்டு, மான் போல் மயக்கி, வண்ணங்கள் காட்டுகின்றது. அப்படியே மெதுவாகத் திரும்பி எனது அறை நோக்கி நகரும்போது,

"என்ன உறக்கம் வரவில்லையா? வாருங்கள். உள்ளே வாருங்கள்."

அவளின் கால்புறம் அசைந்து போர்வை விலகுகின்றது. கொலுசு வெண்ணிறத்தில் மினுக்குகின்றது.

அறையினுள் இரண்டுபக்கச் சுவர்களோரமும் புத்தக அலுமாரிகள் இருந்தன.

"உங்கள் புத்தகங்களை நான் பார்க்கலாமா?"

"தாராளமாக!"

ஒவ்வொரு புத்தகமாகப் பார்த்துக் கொண்டு வந்தேன். தலைப்புகளே புரியாத ஆங்கிலப் புத்தகங்கள், என்னை வியக்க வைக்கின்றன. பள்ளிக்கூடத்தில் படிக்கும்போது நானே முதல் மாணவனாக வருவேன். பின் பல்கலைக்கழகம் சென்றபோது, என்னைவிடப் பல புத்திசாலிகள் இருந்ததைக் கண்டேன். இவளோ பல்கலைக்கழகத்திலேயே 'பொஸ்ற்' கிளாசில் தேறி, பி.எச்.டி வரைக்கும் சென்று இன்னமும் படித்துக்கொண்டே இருக்கின்றாள்.

இமைக்காமல் என்னையே பார்த்துக்கொண்டிருந்த அவள், "உங்களை ஒன்று கேட்கவேண்டும். முப்பது வருடங்களுக்கு முன்னர் நடந்தவை. அப்போது ஐ பி கே எவ் இருந்த காலம். நாட்டுச் சூழ்நிலை காரணமாக, நான் அப்போது வீட்டைவிட்டுப் பொதுவாக வெளியே எங்கும் செல்வதில்லை. அப்படி இருந்தும் என்னுடைய கிராமத்தில், இரண்டொரு தடவைகள் உங்களை நான் வீதியில் சந்தித்திருந்தேன். ஒரு தடவை என்னுடைய வீட்டுக்கு முன்னாலும்..."

"சந்தித்தீர்கள். சரி... ஏதாவது என்னுடன் கதைத்தீர்களா?"

"உங்களுக்கே தைரியம் இல்லை. நான் எப்படிக் கதைப்பதாம். இப்போது அதைப்பற்றி ஏன் கேட்கின்றேன் என்றால், உங்கள் கிராமத்திற்கும் எங்கள் கிராமத்திற்குமிடையே 15 கிலோமீட்டர்கள் இடைவெளிதான் இருக்கும். இடையே குறைந்தது ஆறு, ஐ பி கே எவ் காம்புகளாவது இருந்திருக்கும். அந்த இக்கட்டான நேரத்தில், எப்படி தைரியத்துடன் இவற்றையெல்லாம் தாண்டி வந்தீர்கள்? எத்தனை தடவைகள் அப்படி வந்திருப்பீர்கள்?"

"நாற்பது தடவைகள் வந்திருக்கின்றேன் என்றால் நீங்கள் நம்புவீர்களா?"

"நாற்பது?"

“நாற்பத்தோராவது தடவை புறப்பட்டேன். ஆனா உம்முடைய கிராமத்துக்கு வந்து சேரவில்லை. இடையிலை ஐ பி கே எவ் பிடித்துக் கொண்டார்கள். ஐந்து நாட்கள் காம்பில் வைத்திருந்தார்கள்.”

“ஓ... மை கோட்” என்றபடியே மடிக்கணினியை மூடி வைத்தாள். என் கால்களைப் பார்த்தாள். கண்களை தன் இரண்டு கைகளினாலும் பொத்திக் கொண்டாள். நீண்ட நேரமாகத் திறக்கவேயில்லை. விரல் இடுக்குகளினூடாக கண்ணீர் கசிவது தெரிந்தது. அழுகின்றாளா? நிலைமையைச் சமாளிப்பதற்காக, நான் அவ்விடத்தை விட்டு விலகி அறைக்குள் வந்து படுக்கையில் சாய்ந்து கொண்டேன்.

ஒருவேளை நான்தான் அவளை ஏமாற்றிவிட்டேனோ?

“நீங்கள் என்னுடன் வாழப் போகின்றீர்களா?” என்றொரு கேள்வி அவள் என்னைக் கேட்டிருந்தால் என் பதில் எதுவாக இருந்திருக்கும்? அல்லது நான் அப்படியொரு கேள்வியை அவள் முன் வைத்து, “நானும் உங்களைப் போல நிறைவான வாழ்க்கைதான் வாழ்ந்திருக்கின்றேன்” என்றொரு பதிலை அவள் சொல்லியிருந்தால் எப்படி இருந்திருக்கும்?

நூல் வேலியைத் தகர்த்து எறியும் எண்ணம் நம் இருவருக்கும் இல்லை. அதன்பின்னர் நாம் இருவரும் எதுவுமே பேசிக் கொள்ளவில்லை.

நிர்மலமான விடியல் வேளையில் அவள் என் கால்களைத் தட்டி “ரீயா கோப்பியா வேண்டும்?” என்றாள்.

நான் “உங்கள் விருப்பம்” என்றேன். அவள் சிரித்துவிட்டு “ரீ போட்டுக் கொண்டு வாறேன்” என்றாள்.

இயற்கை நம் இருவரையும் ஏன் இப்போதுகூடச் சேர்த்து வைக்கவில்லை? இருவருக்குமே எந்தவித கடமைகளும் இப்பொழுது இல்லைத்தானே!

வீட்டை விட்டுப் பிரியும்போது, அவள் என் கையை மெதுவாகப் பற்றியபடியே, “என்னை மன்னித்துக் கொள்ளுங்கள்” என்றாள்.

நான் குனிந்து அப்படியே கையை உயர்த்தி, அவளது கை மணிக்கட்டில் முத்தமிட்டேன்.

“அவுஸ்திரேலியா வரும்போதெல்லாம் என்னை வந்து சந்தியுங்கள். மருந்துகளைத் தவறாது எடுங்கள். அடிக்கடி ரெலிபோனில் கதைப்போம்.”

‘லிப்ற்’ இருக்குமிடம் வந்து வழியனுப்பி வைத்தாள்.

தொடர் மாடியை விட்டுக் கீழ் இறங்கியதும், அண்ணாந்து பார்த்தேன். ஓங்கி வானளாவி நிற்கும் இந்தக் கட்டடத்தில், அவளது குடியிருப்பு எதுவாக இருக்கும்? கண்கள் துளாவுகின்றன. ‘உயர’ என்பதைத் தவிர வேறென்ன சொல்லமுடியும்!

○

ஞானம் சஞ்சிகை நடத்திய செம்பியன் செல்வன் சிறுகதைப்போட்டியில் *(2021)* முதல்பரிசு பெற்றது.

ஞானம் சஞ்சிகை (தை, 2022)

தூங்கும் பனிநீர்

“சிந்து… மேக்கப் போடுற அன்ரி வந்திடுவா. சீக்கிரம் ரெடியாகு” அம்மா குசினிக்குள் நின்று கூக்குரலிட்டார். குசினிக்குள் அம்மாவின் சிநேகிதிகளின் ஆரவாரம் கேட்கின்றது.

ஹோலிற்குள் அண்ணா பிரதீபனும், நண்பர்களும் இறுதிக்கட்ட சோடனைகளில் மூழ்கிப் போயிருந்தார்கள். நேற்று இரவு தொடங்கிய இந்த ஆரவாரம் இன்னமும் முடியவில்லை.

அப்பா திருமணமண்டபத்தில் நிறைய வேலைகள் இருப்பதாகச் சொல்லிச் சென்றுவிட்டார்.

நேற்றுக்கூட அம்மாவுக்கும் அப்பாவுக்குமிடையே பலத்த வாக்குவாதம் இடம்பெற்றிருந்தது. பொதுவாக காசு விஷயத்தில்தான் இருவருக்குமிடையே சண்டை வரும். அப்புறம் சீக்கிரமாகவே சிநேகிதம் கொண்டுவிடுவார்கள். அம்மாவும் அப்பாவும் காதலித்துத் திருமணம் செய்துகொண்டவர்கள். அதனாலோ என்னவோ அவர்கள் சண்டை சீக்கிரத்தில் சுமுகமாகிவிடும். அவர்கள் காதலித்துத் திருமணம் செய்திருந்தாலும், நாங்கள் காதலித்துத் திருமணம் செய்துகொள்வதை விரும்பவில்லை.

"இந்த வீட்டுக்கு மருமக்களாக, சைனாவோ வியட்நாமோ ஏன் சிங்களமோ வரக்கூடாது." அண்ணாவுக்கும் சேர்ந்ததுதான் அந்த அன்புக்கட்டளை.

"அம்மா... ஒஸ்ரேலியாவிலை தமிழ் ஆட்களே குறைவு. இதுக்குள்ளை போய் எங்கை தேடிப் பிடிக்கிறது தமிழை?" என்றான் அண்ணா.

"உங்களை ஆர் தேடிப் பிடிக்கச் சொன்னது. நாங்கள்தான் பேசி உங்களுக்குச் செய்து வைப்பம்." அப்பாவும் அம்மாவும் சேர்ந்து கோரஸ் வைப்பார்கள்.

நேற்றும் அப்பா வேலைக்குப் போயிருந்தார். அப்பா புறப்பட்டுக் கொண்டிருக்கும்போது, "இண்டைக்கும் வேலைக்குப் போகவேண்டுமா?" என்று அம்மா சண்டையை ஆரம்பித்தார். "எனக்கு மூண்டுநாட்கள்தான் லீவு தந்திருக்கின்றார்கள். இஞ்சை நித்திரை கொள்ளேக்கையும் காலை ஆட்டாவிட்டால் வேலை காலிதான்" என்றார் அப்பா. அப்பா செக்கியூரிட்டிக் கார்ட். அம்மா வயது முதிர்ந்தவர்கள் காப்பகத்தில் வேலை செய்கின்றார்.

வீட்டில் நான் உட்பட, அப்பா அம்மா அண்ணா என்று எல்லோருமே வேலை செய்கின்றோம். இருந்தும் கையில் காசு தங்குவதில்லை. வீட்டு மோற்கேஜ், கரண்ட்பில், காஸ்பில் அந்தபில் இந்தபில் எண்டு மாசம் முடிய எல்லாமே முடிந்து போகும். அம்மாவுக்கும் அப்பாவுக்கும் இலங்கையில் பெற்றோர்கள் இருப்பதால், அவர்களுக்கும் காசு அனுப்ப வேண்டும். அண்ணா வேலை செய்துகொண்டு மேற்படிப்புப் படிப்பதால், அவன் உழைப்பு அவனுக்கே பத்தாது. எல்லோரின் உழைப்பின் கூட்டு முயற்சியினால்தான் இந்தத் திருமணமே நடைபெறுகின்றது.

அம்மா தான் சத்தமிட்டுக் கூப்பிட்டது, எனக்குக் கேட்டிருக்காது என்ற நினைப்பில், என் அறைக்குள் வந்து எட்டிப் பார்த்தார்.

"என்ன பிள்ளை? இன்னும் ரெடியாகேல்லையே! ஜோதி ரீச்சரல்லே வரப்போறா...."

"ஜோதி ரீச்சரா? அவா ஏன் இஞ்சை வரவேணும்?"

"அவா தானே உனக்கு மேக்கப் போடப்போறா!"

நான் திடுக்கிட்டுப் போனேன்.

மேக்கப் போடுற அன்ரி வரப்போகின்றா என்று சொன்னாவேயொழிய, யார் என்று இதுவரை அம்மா சொன்னதில்லை. அம்மாவின் பள்ளி நண்பி என்றோ அதற்கும் மேலாக என்னுடைய பாடசாலை ரீச்சர் என்றோ அம்மா சொல்லவில்லை. முன்னரே தெரிந்திருந்தால் கட்டாயம் மறுத்திருப்பேன்.

"அம்மா... எப்பிடியம்மா? இது எப்பிடி?"

"எது எப்பிடி?"

"அவா என்னுடைய ஸ்கூல் ரீச்சர். ரீச்சருக்கு ஒரு மரியாதை குடுக்க வேண்டாம். எனக்கு பெரிய அவமானமா இருக்கு!"

"இதிலை அவமானப்படுறதுக்கு என்ன இருக்கு. பெருமைப்படு. உனக்குப் பள்ளிக்கூடத்திலை படிப்பிச்சதோடை, உன்ரை கலியாணத்திலும் கலந்து கொள்ளுறா எண்டதை நினைச்சுப் பெருமைப்படு."

"எனக்கு இதிலை துளிகூட விருப்பம் இல்லையம்மா..."

"ஜோதியும் நானும் ஒண்டாப் படிச்சனாங்கள். சின்னனிலையிருந்தே ஃபிரன்ஸ். எப்பிடியும் கலியாணத்துக்கு அவவும் வரப்போகின்றா. தன்னைவிட்டிட்டு வேறை ஆரையேனும் மேக்கப்புக்குப் பிடிச்சா, அவ என்ன நினைப்பா."

நானும் அம்மாவும் வாக்குவாதப்பட்டுக் கொண்டிருக்கும்போது கதவு பெல் சத்தம் கேட்டது.

"ஜோதி ரீச்சர் வந்திட்டா போல கிடக்கு. எங்களுக்காக ஒண்டரை மணித்தியாலம் கார் ஓடி வந்திருக்கின்றா. உன்னை மண்டாடிக் கேக்கிறன். கலியாணவீட்டிலை குழப்பம் செய்யாதை." வாசல் கதவை நோக்கி அம்மா விரைந்து போனார். பாதிக்கதவு திறக்கும்போதே ரீச்சரின் ஆரவாரம்

கேட்டது. நான் கதவை மெதுவாக நீக்கி, உள்ளிருந்து எட்டிப் பார்த்தேன்.

ரீச்சருடன் அவரைப்போலவே மூக்கும் முழியுமாக ஒரு சிறுபெண்ணும் நின்றிருந்தாள்.

"இது என்ன வாசலிலை மூங்கில் மரமெல்லாம் வச்சிருக்கிறியள்?" முகமெல்லாம் சிரிப்புடன் உள்ளே வந்தார் ஜோதி ரீச்சர். இலங்கையில் பள்ளியில் பார்த்தமாதிரி, இத்தனை வருடங்கள் கழித்தும் அதே அழகில் ஜொலித்தார் அவர். வாசலில் நின்றபடியே, சுற்றுமுற்றும் பார்த்துக் கொண்டு பாடத் தொடங்கிவிட்டார்.

'மூங்கில் இலை மேலே
தூங்கும் பனி நீரே'

அவர் ஆரம்பிக்க, அம்மா தொடர்ந்தார்.

'தூங்கும் பனி நீரை
வாங்கும் கதிரோனே!'

இருவரும் கட்டிப்பிடித்து சுழன்றடித்தார்கள்.

'எனக்கொரு சிறகில்லையே
ஏங்கும் இளமைக்குத் துணையில்லையே
குளிருக்கு நெருப்பில்லையே
பெண்ணின் குணத்துக்கு மனம் இல்லையே'

வீட்டின் சுவர்புறம் திரும்பி மிகுதியை தானே பாடினார் ரீச்சர். கண்ணைக் கசக்கிக் கொண்டார்.

"சரி.... சரி... அதை விடு. இப்ப சந்தோஷமா இரு" அம்மா அவரைத் தேற்றினார்.

"மகளைத் தெரியுந்தானே! ஏழாம்வகுப்புப் படிக்கிறாள். உன்னுடைய வீட்டுக் கலியாணம் எண்டபடியாலை கூட்டி வந்தேன்."

"வாம்மா... வந்து இந்தச் செற்றியிலை இரு" அந்தச் சிறுமியை ஆதரவாகத் தடவி உள்ளே கூட்டிவந்தார் அம்மா.

“அது சரி.... எங்கே உன் கதிரவன்?” ரீச்சர் அம்மாவிடம் கேட்டார்.

“வெளியே போய்விட்டார். சீக்கிரம் வந்துவிடுவார்.”

“என்னுடைய ஒரு ஸ்ருடண்டிற்கு மேக்கப் போடுறது, எனக்கு எவ்வளவு பெருமையாக இருக்குத் தெரியுமாடீ” ரீச்சர் சொல்லுவது கேட்கின்றது.

“ஏன் இப்படி ஜோதி ரீச்சர் மாறிப் போனார்? அவருக்கு அவுஸ்திரேலியாவிலை ஏன் ஒரு நல்ல வேலை கிடைக்கவில்லை?” அங்கலாய்த்தேன் நான்.

நான் ஆறாம்வகுப்பு வரையும் இலங்கையில் படித்தேன். அதன் பின்னர் புலம்பெயர்ந்து அவுஸ்திரேலியா வந்துவிட்டேன். இலங்கையில் எனக்கு ஜோதி ரீச்சர் சயன்ஸ் படிப்பித்தார். வகுப்பு ரீச்சரும் அவர்தான். அப்போது அவருக்கு முப்பது வயதுதான் இருக்கும். தூரத்தில் கண்டவுடனேயே மாணவர்கள் பயத்தில் ஒடுங்குவார்கள். அவ்வளவு மரியாதை. நன்றாகப் படிப்பிப்பார். ஆனால் பொல்லாதவர். மெல்லிய தேகம். மூக்குக்கண்ணாடி அணிந்து, சீலை உடுத்தி வரும்போது நடிகை ஷோபா போல இருப்பார். குரலும் அவரைப் போலத்தான். படிப்பிக்கும்போது மாணவர்கள் அவரையே பார்த்துக் கொண்டு நிற்பார்கள்.

ரீச்சரும் அவுஸ்திரேலியாவில்தான் இருக்கின்றார் என்பதை ஐந்து வருடங்களுக்கு முன்னர்தான் அறிந்துகொண்டேன். ஒருநாள் மாலை, அம்மா வேலை முடித்து வந்தவுடன் அப்பாவுடன் எதோ இரகசியம் பேசினார். பின்னர் அவசர அவசரமாக இருவரும் காரில் கிழம்பினார்கள்.

“பிரதீபன்... சிந்து... நாங்கள் ஜோதி ரீச்சர் வீட்டை போட்டு வருகின்றோம். வருவதற்கு சற்று நேரமாகும். இரவுச் சாப்பாட்டை முடித்துவிட்டு உறங்கிக் கொள்ளுங்கள். நாங்கள் திறப்பு வைத்திருக்கின்றோம். திறந்துகொண்டு வருவம்” என்றார் அம்மா.

“ஐய்... ஜோதி ரீச்சர் வீடுதானே! நாங்களும் வருகின்றோம்” நானும் அண்ணாவும் மகிழ்ச்சியில் துள்ளிக் குதித்தோம்.

“உங்களை நாங்கள் இன்னொருநாள் கூட்டிக்கொண்டு போகின்றோம். இப்போ ஒரு அவசர அலுவலாகப் போகின்றோம்” *என்றார் அப்பா. எங்களுக்கு அது ஏமாற்றமாக இருந்தது.*

அன்று முழுவதும் எனக்கு உறக்கம் வரவில்லை. ரீச்சர் வீட்டுக்கு ஏன் எங்களைக் கூட்டிப் போகவில்லை என்ற கேள்வி மனதை அரித்தபடி இருந்தது. அம்மா அப்பா வரும்போது இரவு இரண்டைத் தாண்டியிருந்தது. கதவைத் திறந்து உள்ளே வரும்போதும் எதோ கசமுசா கசமுசா என்று கதைத்தபடிதான் வந்தார்கள். அவர்களின் படுக்கை அறை பக்கத்தில் இருந்ததால், அவர்கள் கதைப்பது விட்டு விட்டுக் கேட்டது.

“பேசிச் செய்யிற சில கலியாணங்களிலை உதுதான் வாற பிரச்சினை. ஆரெண்டு தெரியாமை திடீரெண்டு கழுத்தை நீட்டெண்டா என்ன செய்யுறது?”

“என்ன இருந்தாலும் ஒரு ஆண் இப்பிடிச் செய்வானா? தறுதலை. தறுதலை. போதை தலைக்கேறிவிட்டால், பெண்ணை எதுவும் செய்யலாமா?”

“அடிக்கிறதும்.... சிகரெட்டால் சுடுகிறதும்... மயிரையும் புடுங்குவானா?”

“ஒரு பெண்குழந்தைக்கும் அப்பனாகிவிட்டான். எப்பிடி நடந்துகொள்வது என்று தெரியவில்லை.”

மாறி மாறி அப்பாவும் அம்மாவும் கதைத்தார்கள். எனக்கு ஒன்றும் புரியவில்லை. அவர்கள் எப்பொழுது தூங்கினார்கள் என்றும் தெரியவில்லை. ஆனால் அவர்கள் சொன்ன ‘இன்னொருநாள் கூட்டிப் போகின்றோம்’ நடக்கவே இல்லை. ஜோதி ரீச்சரை நான் இப்போதுதான் முதன்முதலாக அவுஸ்திரேலியாவில் பார்க்கின்றேன்.

“எந்த நிலையிலும் நீங்கள் உங்களை ஒருநாளும் விட்டுக்

கொடுக்காதீர்கள்” என்று அடிக்கடி சொல்லும் ரீச்சர் இன்று தன்னுடைய தொழிலையே விட்டுவிட்டார். “ஜோதி சரியான கெட்டிக்காரி. எங்களுடன் படித்தவர்களில் அவர் மட்டும்தான் பல்கலைக்கழகத்திற்கே தெரிவானார்” அம்மா அவரைப்பற்றி புளுகித்தள்ளுவார். எனக்கு ஜோதி ரீச்சரை நினைக்க தாளமுடியாத கவலையாக இருந்தது.

ரீச்சர் அறைக்குள் நுழைந்து என்னைக் கட்டிப்பிடித்துக் கொஞ்சினார். “நீ என்னுடைய மகளைப் போல...” நான் சிலிர்த்துப் போனேன். ரீச்சர் அடித்து அழுத காலம் போய், இன்று ரீச்சர் அணைத்த போது அழுகை வந்தது. அடக்கிக் கொண்டேன்.

அவர் எனக்கான அலங்காரத்தை ஆரம்பித்தார். என்னை தேவதையாக மாற்றினார். ஆடைகளை மாற்றி அழகுபடுத்தும் போது நான் வெட்கத்தில் கூனிக்குறுகிப் போனேன். எனக்கான சீலையை அணிவிக்கும்போதும், மார்புகளைத் தீண்டும் போதும் கூச்சமாக இருந்தது. அதை அவதானித்த ரீச்சர், எனது சிந்தனையைத் திசைதிருப்ப உரையாடத் தொடங்கினார்.

“நான் வெளிநாடு வருவன் எண்டு ஒருநாளும் நினைச்சுப் பாக்கேல்லை. அதாலை ஆங்கிலம் படிப்பதில் அக்கறை காட்டவில்லை. அதுக்கு இன்னுமொரு காரணம் எங்கடை தமிழ் வாத்தியார். அவர் எப்போதும் சொல்லுவார் ஜப்பான், ரஷ்யா, சீனா போல நாமும் எமது மொழியில் படிக்கும் காலம் இனி வந்துவிடும். பல்கலைக்கழகங்களில் கூட தமிழில் எல்லாப் புத்தகங்களும் எழுதப்பட்டுவிடும் - அவர் தினமும் இதையே எங்கள் காதிற்குள் இறைத்தார். அவரை நான் பின்னாளில் கண்டதில்லை. சந்தித்திருந்தால் அவரின் காதைக் கடித்துத் துப்பியிருப்பேன். உண்மையில் நாங்கள் எத்தனை மொழிகளைப் படிக்கின்றோமோ அவ்வளவுக்கு நல்லது.”

ரீச்சர் சொல்வதை உற்றுக் கேட்டுக் கொண்டிருந்தேன்.

“நீங்கள் எல்லாம் இளம் வயதிலேயே புலம்பெயர்ந்து வந்துவிட்டீர்கள். அதாலை எல்லாத்தையும் ஈசியா அடப்

பண்ணிட்டியள். எனக்கு இங்கேயும் ஆசிரியத்தொழில் புரிய விருப்பம் தான்." கவலையுடன் சொன்னார் ரீச்சர்.

"ஏன் ரீச்சர்... உங்கள் ஹஸ்பண்ட் வேலைக்குப் போவதில்லையா?"

எனது கேள்விக்கு பதில் தராத ரீச்சர், "அகதி வாழ்வின் அவலங்களில் இதுவும் ஒன்று" என்று சுருக்கமாகச் சொல்லிவிட்டு, முன்னர் எம்முடன் படித்த மாணவர்கள் பற்றி விசாரிக்கத் தொடங்கினார். தொடர்ந்து, "நான் இந்தத் தொழிலைச் செய்வதற்கு யாருடைய வற்புறுத்தலும் காரணம் இல்லை. உழைத்துச் சாப்பிட வேண்டும். என் குழந்தைக்கு நல்ல கல்வி வேண்டும். அவ்வளவும் தான்" என்றார். அவர் குனிந்து நிமிர்ந்து அலங்கரிக்கும் போதெல்லால், அவர் கழுத்திலிருந்த தாலி ஊஞ்சலாடியது. கணவர் இருந்திருந்தால் இன்று வந்திருப்பார். அப்பிடியென்றால், பிரிந்து வாழ்கின்றார்களா?

"ஒருக்கால் கண்ணாடியிலை பாருங்கோ எப்பிடி இருக்கிறியள் எண்டு. எல்லாம் சரியெண்டா ஃபைனல் ரச் அப் செய்யலாம்" என் கையைப் பிடித்து நிலைக்கண்ணாடியருகே கூட்டிச் சென்றார்.

என்னையே என்னால் நம்ப முடியவில்லை. ஒரு அழகு தேவதை போல என்னை மாற்றியிருந்தார். கண்ணாடிக்குள் ரீச்சரும் அழகாகத் தென்பட்டார்.

"ரீச்சர் ஒண்டு சொல்லலாமா?"

"பரவாயில்லை... சொல்லும்."

"நீங்களும் அழகாக இருக்கிறியள், நடிகை ஷோபா மாதிரி."

ரீச்சர் வெட்கத்தில் தலை குனிந்தார்.

"சிந்து... இந்தத் தொழிலிலையும் போட்டி இருக்கு. கஸ்டமர்சை சற்றிஸ்பை செய்யாவிட்டால் நாங்கள் அவர்களை இழந்துவிடுவோம்" சொல்லியபடியே என்னை உற்று நோக்கினார்.

"சிந்து... நீர் நல்ல வடிவா இருக்கின்றீர். அப்பா அம்மாவோடை வளருகிற பிள்ளை எப்பவும் நல்ல வளர்ப்புடன்தான் இருக்கும்."

"தாங்ஸ் ரீச்சர்."

"மகளே! வரப்போகின்ற உன் கணவனை போதைக்கு அடிமையாகாமல் பாத்துக் கொள்."

அன்றொருநாள், பெற்றோர் அவசரமாகக் கிழம்பி ஜோதி ரீச்சரின் வீட்டுக்குச் சென்றநாள், மனத் திரையில் விரிந்தது. அன்று இரவு என் பெற்றோர் கதைத்த இரகசியத்தின் சூட்சுமம் புரிந்தது. என்னைத் தன் மகள் போல என்று சொன்ன அந்தத் தாய்மையைப் புரிந்து கொண்டேன்.

"காதலிச்சு, அப்பா அம்மா சம்மதத்தோடை எங்கட கலியாணம் நடக்குது ரீச்சர்."

"அப்பிடியா? லக்கி கேர்ள். அம்மாவைப் போல. உன் வாழ்வு சிறக்க என் வாழ்த்துகள். உன் திருமண நாளன்று ஒரு மகிழ்ச்சியான செய்தி சொல்கின்றேன் கேள். உனது ஜோதி ரீச்சர், விரைவில் அவுஸ்திரேலியாவில் ரீச்சராகப் போகின்றார்."

உள்ளே ஆரவாரம் கேட்டு அம்மா வந்து எட்டிப் பார்க்கின்றார்.

"ரீச்சரும் ஸ்டுடண்டும் எத்தனையோ வருஷங்களுக்குப் பிறகு சந்திச்சிருக்கினம். அதுதான் ஆனந்தக் கண்ணீர் விடுகினம்." வெளியே போய் அங்கிருந்தவர்களுக்குச் சொல்லிச் சிரித்தார் அம்மா.

○

இலக்கியவெளி (இதழ்1: ஜூலை-டிசெம்பர் 2021)

வெந்து தணிந்தது காடு

அகிலன் வேலைக்கு அவசரமாகப் புறப்பட்டுக் கொண்டிருந்தான். அவன் மெல்பேர்ண் நகரத்திலுள்ள வைத்தியசாலையில் வைத்தியராகப் பணிபுரிகின்றான். வழக்கமாக காலை ஆறுமணிக்கெல்லாம் கிழம்பிவிடுவான்.

"கொரோனா காற்றாலை பரவுமா அப்பா?" உறங்கிக் கொண்டிருந்த அக்சரா, விழித்தெழுந்து திடீரெனக் கேட்டாள்.

அக்சரா ஏழாம்வகுப்புப் படிக்கின்றாள். கொரோனா தொடர்பான 'கிறியேற்றிவ்' படைப்பொன்றை எழுதுமாறு பாடசாலையில் கேட்டிருந்தார்கள். அக்சரா தற்போதைய சூழ்நிலையில் பள்ளிக்குப் போவதில்லை. சூம் கல்வித்திட்டத்தின் *(Zoom education)* மூலம்--- ஆசிரியருக்கும் மாணவருக்குமிடையேயான வீடியோ தொடர்பாடல்--- வீட்டில் இருந்தபடியே கல்வி பயின்று வருகின்றாள். அக்சராவின் கேள்விக்கு விரிவான விளக்கம் குடுக்கப் போனால், வேலைக்குப் பிந்த நேரிடலாம் என்பதை உணர்ந்தான் அகிலன்.

"பின்னேரம் வந்து சொல்கின்றேனே!" என்றபடி வாசலை நோக்கிச் சென்றான்.

“நான் கதவை மூடுகின்றேன்” எழுந்து வந்த அப்பா, பின்னாலே நின்று சொன்னார். அப்பாவுக்குப் பின்னால் அம்மா மறைந்து நின்று எட்டிப் பார்த்தார்.

“கவனம்... அகிலன்...”

அம்மா ‘கவனம்’ என்று சொன்னது ‘ஆட்கொல்லி’ கொரோனாவைத்தான். அந்தக் ‘கவனம்’ அகிலனுக்கு சலிப்பைத் தந்தது.

“அம்மா... நான் சேவை செய்வதற்காகத்தானே படித்தேன். எல்லாவிதமான முன் எச்சரிக்கைகளோடுதான் நாங்கள் எல்லாரும் வைத்தியசாலையில் வேலை செய்கின்றோம்.”

இந்தக் கடைசி வழியனுப்பும் காட்சி, இப்போது சில வாரங்களாக புதிதாக நடைமுறைக்கு வந்திருக்கின்றது.

அகிலன் வேலைக்குப் புறப்பட்டு சில நிமிடங்களில் வீட்டுத்தொலைபேசி அடித்தது. அது அகிலனின் மனைவி சித்திராவினுடையது. சித்திரா தாதியாக வேலை செய்கின்றாள். இவர்கள் இருக்கும் இடத்திலிருந்து மூன்றுமணி நேரம் கார் ஓடும் தூரமான பெண்டிக்கோவில் இருக்கின்றாள். வெள்ளிக்கிழமை இரவு வீட்டுக்கு வரும் சித்திரா, மீண்டும் திங்கள் அதிகாலையில் வேலைக்குப் புறப்பட்டு விடுவாள். தற்போதைய சூழ்நிலையால் கடந்த மூன்றுவாரங்களாக அவள் வீட்டிற்கு வருவதில்லை. தினமும் தொலைபேசியில் மாமா, மாமியுடனும் அக்சராவுடனும் உரையாடுவாள். அகிலனுடன் நேரம் கிடைக்கும் போதெல்லாம் அலைபேசியில் உரையாடுவாள். பெரும்பாலும் அவர்கள் இருவரினதும் உரையாடல் தொழில் சார்ந்ததாகவே இருக்கும்.

அகிலனுக்கு 38 வயதாகின்றது. சித்திரா அவனைவிட மூன்று வயதில் இளையவள். இருவரும் விரும்பித் திருமணம் செய்துகொண்டவர்கள். வைத்தியத்துறையில் இருக்கும் ஒருவரினால்தான், தன்னை நன்றாகப் புரிந்து கொள்ளமுடியும் என்பது அகிலனின் நம்பிக்கை. சித்திராவின் நம்பிக்கையும் கூட.

சித்திராவின் இந்த அதிகாலை தொலைபேசி அழைப்பு அக்சராவை நித்திரையில் இருந்து எழுப்புவதற்கானது.

"அக்சராக்குட்டி.... படிப்பெல்லாம் எப்பிடிப் போகுது?" என உரையாடல் ஆரம்பிக்கும். அதன்பின்னர் தனது வைத்தியசாலைப் புதினங்களைச் சுருக்கமாகச் சொல்லி, 'சாப்பாட்டைக் கவனித்துக் கொள். வெளியே எங்கேயும் போகாதை' என்று சொல்லி முடிப்பார்.

சித்திரா தொலைபேசியை வைக்கும்போது, மாமாவும் மாமியும் ஏகதாளத்தில் "பிள்ளை... கொரோனா கவனம். எப்போதும் மாஸ்க், கிளவ்ஸ் எல்லாம் போட்டபடியே இருந்து கொள்" என்று சொல்லிக் கொள்வார்கள்.

O

மொத்த உலகமுமே இன்று இந்தக் கொரோனாவிற்குள் முடங்கிப் போயிருக்கிறது. இரவுநேர ஊரடங்கு அமலில் இருந்தது. தெருக்களெல்லாம் வெறிச்சோடிப் போயிருந்தன. கார்களின் நடமாட்டம் வெகுவாகக் குறைந்திருந்தன. தொழிற்சாலைகள், களியாட்ட இடங்கள், வழிபாட்டிடங்கள், சினிமா, 'பப்கள்', மசாஜ் சென்ரர்கள் போன்றவை தற்காலிகமாக மூடப்படிருந்தன. உணவகங்கள் மட்டுப்படுத்தப்பட்டிருந்தன. முன்பென்றால் பாலத்தைக் கடக்கும்போது சிற்றியில் உள்ள கட்டடங்கள் எல்லாம் மங்கலாக பனிப்புகாருக்குள் இருப்பது போல் தெரியும். அவை எல்லாம் இப்போது துலாம்பரமாகத் தோற்றமளித்தன.

சாதாரணமாக நாட்களில் அகிலன் வைத்தியசாலைக்கு வருவதற்கு குறைந்தது முப்பது நிமிடங்களாவது பிடிக்கும். இப்பொழுதெல்லாம் பதினைந்து நிமிடங்களுக்குள் வந்துவிடுவான்.

வைத்தியசாலையில் குழுக்களாக வைத்தியர், தாதிமார்கள் இயங்குவார்கள். உவார்டைச் சுற்றிப் பார்த்து நோயாளிகளின் ரிப்போர்ட்களை அப்டேற் செய்யவேண்டும். நோயாளிகளுக்கு வேண்டிய மருந்துகள், ப்ளட் / யூறின் ரெஸ்ற் போன்றவற்றை எழுதிக் கொடுப்பது, எவர் எவர் வீட்டுக்குப் போகலாம்

எனத் தீர்மானிப்பது போன்ற பல வேலைகள் காலையில் காத்திருக்கும். அதன்பின்னர் தொழில் சூடு பிடித்துவிடும்.

அகிலன் வைத்தியசாலைக்குள் நுழைந்ததும், தாதியர்கள் அவனைப் பிச்சுப் பிடுங்கிவிடுவார்கள். ஒவ்வொரு நோயாளிகள் தொடர்பாகவும் பல கேள்விகள் அவனுக்காகக் காத்திருக்கும். வைத்தியர்கள் தட்டுப்பாடு காரணமாக கூடுதலான நோயாளிகளைக் கவனிக்க வேண்டியிருக்கும். தினமும் 12 மணி நேரத்திற்குக் குறையாமல் வேலை. காலையில் சாப்பிட்டதற்குப் பிற்பாடு, இரவு எட்டுமணி வரைக்கும் சாப்பிடுவதற்கு அகிலனுக்கு நேரம் கிடைக்காது. சிலவேளைகளில் தேநீர், கோப்பி அருந்துவான். ஸ்ரெதஸ்கோப்பைச் சுழற்றியபடி வேகமாக விரைந்து செல்லும்போது, அவனது நடைக்கு ஈடு கொடுக்க முடியாத தாதி எலிசபெத், பின்னாலே 'வாத்து ஓட்டம்' ஓடுவாள். உவார்ட்டிற்குள் எழும் இந்தத் தாள லயங்களினால், நோயாளிகளைத் தவிர்ந்த அனைவரும் உவார்ட்டை விட்டு ஓட்டமெடுப்பார்கள்.

ஒலிவர் என்ற நோயாளி இருக்கும் அறையை அண்மித்ததும், எலிசபெத் அகிலனைப் பார்த்துச் சிரித்தாள். ஒலிவருக்கும் அகிலனுக்கும் ஏதோ ஒரு பூர்வீகத் தொடர்பு இருக்கவேண்டும். அவர் அங்குள்ள நோயாளிகளில் சற்று வித்தியாசமானவர். பாசமுடன் அகிலனிடம் கேள்விமேல் கேள்விகள் கேட்பார். 'இதில் நீங்களா நானா டாக்டர்?' என்று ஒலிவருடன் சீண்டி விளையாடுவான் அகிலன். ஒரு கதிரையை இழுத்து நெருக்கமாகப் போட்டுக்கொண்டு, சரளமாக உரையாடுவான் அகிலன். ஒலிவர் கடந்த இரண்டுமாதங்களாக வைத்தியசாலையில் இருக்கின்றார். எண்பது வயதை அண்மித்த அவருக்குப் பல நோய்கள். இன்னதுதான் எனக் குறிப்பிட்டுச் சொல்லமுடியாதளவுக்கு எல்லா நோய்களும் அவர் உடம்பில் கேட்டுக்கேள்வியில்லாமல் புகுந்துவிட்டன. இருந்தாலும் அவரின் உற்சாகத்துக்குக் குறைவில்லை. நேரத்திற்கு மாத்திரைகள் போடுவார். நன்றாகச் சாப்பிடுவார். புத்தகம் படிப்பார். உடற்பயிற்சிக்கூடத்திற்குக் கூட்டிச்சென்றால், நன்றாக உடற்பயிற்சியும் செய்வார். ஞாபகசக்தியும் அபாரம். இருப்பினும் அவருக்குப் பக்கத்தில்

ஒருவர் எந்த நேரமும் இருக்கவேண்டும். நடமாடுவதற்கு மிகவும் கஸ்டப்படுவார்.

இரண்டு மாதங்களுக்கு முன்னர் ஒலிவர் ஒரு கடின உழைப்பாளி, விவசாயி. எல்லாவற்றையும் காட்டுத்தீ புரட்டிப் போட்டுவிட்டது. இருகோடுகள் தத்துவம் போல - காட்டுத்தீயினால் அல்லல்பட்டு நொந்துபோயிருந்த அவுஸ்திரேலிய மக்களுக்கு, அதன் மேல் பெரிதாகக் கீறப்பட்ட கோடுதான் 'கொரோனா'.

2019 செப்டெம்பரில் நாட்டின் சில பகுதிகளில் ஆரம்பித்த நெருப்பு, கிறிஸ்மஸ் காலத்தில் உச்சம் கொண்டிருந்தது. சில மனிதர்கள் மரணம் அடைந்தார்கள். எத்தனையோ பேர்கள் வீடுகளை, பண்ணைகளை, தோட்டங்களை இழந்தார்கள். பல இலட்சம் கால்நடைகளுடன், காட்டுவாழ் அரிய விலங்கினங்களும் மாண்டு போயின.

ஜிப்ஸ்லண்ட் பிரதேசத்தில் மகள், மருமகன், பேரப் பிள்ளைகளுடன் ஒலிவர் அமைதியாக வாழ்ந்துகொண்டிருந்தார். அவரது மனைவி இறந்துபோய் பல வருடங்களாகிவிட்டன. ஜிப்ஸ்லண்டில் அவருக்கு பல ஏக்கர்கள் கொண்ட விளைநிலமும் பண்ணைகளும் இருந்தன. எல்லாம் காட்டுத்தீயினால் நாசமாகிப் போயின. அதன்பின்னர் மெல்பேர்ணில் உள்ள பக்குஸ்மாஸ் என்ற இடத்திற்கு தனது மகன் டேவிட்டுடன் இருப்பதற்காக வந்து சேர்ந்தார்.

"உண்மையில் அங்கேயே செத்துப் போயிருப்பேன். தீப்பிழம்புகளுடன் புகைமூட்டத்திற்குள் சிக்கி, கால்நடைகளோடு மரித்திருப்பேன். ஏதோ நல்ல காலம். எல்லாவற்றையும் இழந்தும் உயிரோடு இருக்கின்றேன். எப்பொழுது உழைப்பை நான் விட்டேனோ, அன்றிலிருந்து நோயாளியாகப் போய்விட்டேன்" சலித்துக் கொண்டார் ஒலிவர்.

மொட்டை விழுந்த அவர் தலையில் கூட சில தீக்காயங்கள் இருந்தன. காட்டுத்தீ பற்றியும், பழங்குடி மக்கள் எப்படி தீயினால் காடுகள் சேதமடைவதைத் தவிர்த்தார்கள் என்பது பற்றியும் பல சுவையான தகவல்களை அகிலனிற்கு அவர்

சொல்வார். அகிலனும் உற்சாகமாகக் கேட்டபடி, அவருடன் சற்றுக் கூட நேரம் மினைக்கெடுவான்.

ஒலிவருக்கு உதவியாக ஒருவர் தங்கி நிற்பதற்கு, வைத்தியசாலை நிர்வாகம் அனுமதித்திருந்தது. ஆரம்பத்தில் ஒலிவருடன் பேரன்---மகளின் மகன்--- நின்றான். ஜிப்ஸ்லண்ட் பிரதேசத்தில் தீயெல்லாம் தணிந்து, மீண்டும் தொடங்கும் மிடுக்காகப் பாதிக்கப்பட்டவர்கள் எல்லாரும் பண்ணைநிலம் நோக்கிச் சென்றார்கள். கடந்த வாரம் மகளின் குடும்பம் ஜிப்ஸ்லண்ட் பிரதேசத்தை நோக்கிப் போய்விட, ஒலிவரின் மகன் டேவிட் உவார்ட்டில் வந்து நின்றான். டேவிட் திருமணம் செய்து கொள்ளாத தனிக்கட்டை.

அகிலனும் தாதியும் அறையை விட்டு வெளியேறியபோது, குடுமி வைத்த ஒருவன் 'ஙொங் ஙொங்' என்று இருமியவாறே அறைக்குள் நுழைந்தான். அகிலன் எலிசபெத்தைப் பார்த்தான்.

"அது ஒலிவரின் மகன் டேவிட்."

"நான் ஒருபோதும் காணவில்லையே! பையன் ஒருவன் தானே முன்பு நின்றான்" சொல்லியவாறு அடுத்த அறையை நோக்கிப் போன அகிலன், மீண்டும் ஒலிவர் இருக்கும் அறைக்குத் திரும்பி வந்தான். வாசலில் மறைந்து நின்று உற்றுப் பார்த்தான். டேவிட் தொடர்ந்தும் விடாமல் இருமிக்கொண்டிருந்தான்.

"எலிசபெத்... நாங்கள் எல்லா நோயாளிகளையும் பார்த்து முடித்துவிட்டு, திரும்பவும் இங்கே வரவேண்டும். டேவிட் மீது எனக்குச் சந்தேகமாக இருக்கு."

"ஓம் சேர்...."

உவார்ட் விசிற்றை முடித்துக் கொண்ட பின்னர், ஒலிவரை மீண்டும் சந்திப்பதற்குத் தயாரானான் அகிலன்.

"எலிசபெத்..... மாஸ்க், கிளவ்ஸ் என்பவற்றை அணிந்து கொள்ளுங்கள்" சொல்லிக்கொண்டே தனது முகமறைப்பையும், நடந்துகொண்டே கையுறையையும் அணிந்து கொண்டான் அகிலன்.

வைத்தியசாலையில் அவசரப்பிரிவில் வேலை செய்பவர்களும், கொரோனா நோயாளிகள் இருக்கும் பிரிவில் வேலை செய்பவர்களும், கட்டாயம் உடம்பைப் பாதுகாத்துக் கொள்ளும் கவசங்கள் அனைத்தையும் அணிந்திருக்க வேண்டும். ஏனையோர் தமது விருப்பப்படி இவற்றை அணிந்து கொள்ளலாம். இந்த அறிவுறுத்தல் சமீபத்தில் வைத்தியசாலை நிர்வாகத்தினால் நடைமுறைக்குக் கொண்டுவரப்பட்டது.

ஒலிவர் இருந்த அறையினுள் தொடர்ந்து இருமல் சத்தம் கேட்டது. கதவைத் தட்டி, டேவிட்டை வெளியே வரும்படி கூப்பிட்டான் அகிலன்.

"டேவிட்... உங்களுக்கு எத்தனை நாட்களாக இந்த இருமல் இருக்கின்றது?"

"கடந்த மூன்று நாட்களாக சேர்!"

"வேறு ஏதாவது அறிகுறிகள் இருக்கின்றனவா? தலையிடி, காய்ச்சல், தொண்டை நோ, உடல் உளைவு?"

"வேறு ஒன்றும் இல்லை சேர்!"

"நீங்கள் சமீபத்தில் ஏதாவது வெளிநாடு போய் வந்தீர்களா?"

குடுமியைப் பிடித்து தடவிப் பார்த்துவிட்டு, "இல்லை சேர்!" என்றான் டேவிட்.

"நீங்கள் உடனடியாக அவசரப்பிரிவுக்குப் போய் அங்குள்ள டாக்டரைச் சந்திப்பது நல்லது."

"ஏன் சேர்... எனக்குக் கொரோனா வந்துவிட்டது எனப் பயப்படுகிறீர்களா?" சிரித்தபடியே கேட்டான் டேவிட்.

"அப்படியென்றில்லை. ஒரு முன்னேற்பாடுதான். நீங்கள் இருக்கும் இந்த உவார்ட்டிற்குள் பல நோயாளிகள் இருக்கின்றார்கள். பல பார்வையாளர்கள் தினமும் வந்து போகின்றார்கள். பல டாக்டர்கள், தாதிமார்கள் இன்னும் வைத்தியசாலையில் வேலை செய்யும் பலர் வந்து போகின்றார்கள். நீங்கள் உங்களைப் பரிசோதித்துக்கொள்வது உங்களுக்கும் நல்லது. எங்களுக்கும்

நல்லது. உங்களை நான் கட்டாயப்படுத்த மாட்டேன். ஆனால் உங்கள் தந்தையுடன் நிற்பதற்கு அனுமதிக்க முடியாது."

எலிசபெத் மூக்கின்மேல் தன் சுட்டுவிரலை வைத்து, கண்ணைப் பாதி நிலையில் மூடிக்கொண்டு இந்த உரையாடலைக் கேட்டுக் கொண்டிருந்தாள். டேவிட் பதில் சொல்வதற்குள், படபடவென காகிதத்துண்டொன்றை எடுத்து அவசரப் பிரிவில் உள்ள தலைமைத்தாதிக்கு ஏதோ கிறுக்கினான் அகிலன்.

"எலிசபெத் உங்களை அவசரசிகிச்சைப் பிரிவிற்குக் கூட்டிச் செல்வார். நீங்கள் ஒன்றுக்கும் பயப்படத் தேவையில்லை.

முன்பு இங்கே நின்ற பையனை வரவழைப்பதற்கான முயற்சிகளை நான் செய்கின்றேன்." அகிலனின் தீர்க்கமான முடிவைத் தட்ட முடியாமல், டேவிட் எலிசபெத்துடன் கூடச் சென்றான்.

அவர்கள் போனதும், அகிலன் ஒலிவரைச் சந்திப்பதற்காக அறைக்குள் போனான். ஒலிவருடன் கதையோடு கதையாக டேவிட் பற்றிய தகவல்களைக் கறந்து கொண்டான். டேவிட் ஐரோப்பிய நாடுகளுக்குப் போய் வந்திருக்கின்றான் என்ற செய்தி அதிர்ச்சியாக இருந்தது. டேவிட் ஏன் அதை மறைத்தான்? அப்படிப் போயிருந்தால் ஏன் அவன் தனிமைப்படுத்தப்படவில்லை? சட்டங்களுக்குள் இருக்கும் ஓட்டையை ஆராயும் எண்ணம் அவனிடம் இல்லை.

ஒலிவரைச் சந்தித்துவிட்டு வெளியே வந்தபோது, எலிசபெத் வாசலில் கவலையுடன் நின்றாள்.

"டேவிட்டை மாஸ்க் போட்டுக் கூட்டிவரவில்லை எனத் தலைமைத்தாதி என்னுடன் சத்தம் போட்டார்."

"ஓ அப்பிடியா? தவறுதான். அவர்கள் என்ன சொல்கின்றார்கள்? டேவிட் இப்போது எங்கே?"

"உங்கள் கடிதத்தைப் பார்த்ததும், உடனடியாக டேவிட்டை உள்ளே எடுத்துவிட்டார்கள். கோவிட் 19 ரெஸ்ற் செய்வதற்காகக் காத்திருக்கின்றான் டேவிட்."

“நல்லது. பிறகு சந்திப்போம்.” விடைபெற்றுக் கொண்டான் அகிலன்.

○

வீட்டிற்கு வந்து, குளித்துவிட்டு, உணவருந்திக் கொண்டிருந்தான் அகிலன். அவனைச்சுற்றி, சுயதனிமைப்படுத்தல் இடைவெளியைப் பேணியபடி, பெற்றோரும் அக்சராவும் இருந்தார்கள். அன்று புதிதாகத் தான் சந்தித்த டேவிட் என்ற நோயாளி பற்றி அவர்களுக்குச் சொன்னான்.

“அப்ப அவனுக்கு உண்மையாகக் கொரோனா இருந்ததா?” அக்சரா பயந்து போனாள்.

“நாளைக்குத்தான் தெரிய வரும்.”

“இன்னும் சுப்பர்மாகற்றுகளில் மா, பால்மா பவுடர், எண்ணெய், ரொயிற் ரிஸ்யூ தட்டுப்பாடாகத்தான் உள்ளது. இன்று ‘அல்டி’ ஷொப்பிங் சென்ரரை பதினொருமணிக்குத்தான் திறந்தார்கள். ஒரு நீண்ட கியூ நின்றது. 200பேர்கள் வரை இருக்கும். என்னால் தொடர்ந்து நிற்க முடியவில்லை. நான் திரும்பிவிட்டேன்” என்றார் அப்பா.

“பார்மசியில் கூட மருந்துகள் தட்டுப்பாடாகத்தான் இருக்கு. வென்ரோலின் பம், பனடோல் ஒன்றும் இல்லை” என்றார் அம்மா.

“அப்பா... மாஸ்க் ஒரு இடத்திலும் இப்ப எடுக்க முடியாது” என்றாள் அக்சரா.

எல்லாவற்றையும் பொறுமையாகக் கேட்டுக் கொண்டிருந்தாலும், அகிலனின் நினைப்பு வைத்தியசாலையைச் சுற்றிச் சுழன்றடித்தபடி இருந்தது. வைத்தியசாலையில் இப்போது எல்லோரும் சுழற்சிமுறையில் வேலை செய்யவேண்டியிருந்தது. அடுத்த வாரம் முதல் தான் கொரோனாப்பிரிவில் வேலை செய்ய வேண்டும் என்ற செய்தியை அவர்களிடத்தில் அகிலன் சொல்லவில்லை. சொன்னால் பதறிப்போய்விடுவார்கள். சித்திராவிடமும் அந்தச் செய்தியை இப்போது ஒருவரிடமும்

சொல்ல வேண்டாம் என்று கேட்டிருந்தான் அகிலன். அதன் பின்னர் மகளின் படிப்பிற்காகச் சில உதவிகள் செய்தான் அகிலன்.

○

அடுத்தநாள் காலை வைத்தியசாலை ஒரே களேபரமாக இருந்தது. எல்லோருக்கும் செய்தி பரவியிருக்க வேண்டும்.

“டேவிட்டுக்கு கொரோனா தொற்று உள்ளது. இன்று காலை எல்லோருக்கும் அவசர மீற்றிங் இருக்கின்றது” உடன் பணிபுரியும் மருத்துவர் ஒருவர் நடந்துவிட்ட விபரீதத்தை அகிலனுக்குச் சொன்னார்.

கூட்டத்திற்குப் போவதற்கு முன்பதாக, மெடிக்கல் லேபுடன் தொடர்பு கொண்டு டேவிட் தொடர்பான றிப்போர்ட்டைப் பெற்றுக்கொண்டான் அகிலன். அந்த றிப்போர்ட்டை மேலோட்டமாகப் பார்வையிட்டான்.

கூட்டத்தில், அகிலன் அவசரமாக எடுத்த நடவடிக்கையை நிர்வாகம் பாராட்டியிருந்தது.

‘ஒலிவரின் அறையில் இருக்கும் நோயாளிகளுக்கும், மற்றும் அங்கு போய்வந்த வைத்தியசாலையைச் சேர்ந்த அனைவருக்கும் கொரோனா ரெஸ்ற் செய்யப்பட வேண்டும். அவர்களுக்கு மறைமுகமாகத் தொற்று ஏற்பட்டிருக்கக் கூடும்’ என்று கூட்டத்தில் முடிவெடுக்கப்பட்டது. எல்லார் முகத்திலும் பயம் அப்பிக் காணப்பட்டது. தலைமைத்தாதி காளி உருவங்கொண்டு டேவிட்டைத் திட்டித் தீர்த்தாள்.

கூட்டம் முடிவடைந்த சற்று நேரத்தில், ஒலிவரின் மகள், மகனுடன் அங்கு வந்து சேர்ந்தாள். டேவிட்டுக்கு கொரோனா தொற்று இருப்பது பற்றி ஏற்கனவே அவளுக்கு அறிவித்திருந்தார்கள்.

“சேர்… டேவிட்டுக்கு இப்போ எப்படி?”

“பயப்படாதீர்கள்… ஒன்றும் ஆகாது” சமாதானம் கூறினான் அகிலன்

"அப்பாவுடன் நிற்பதற்காக மகனைக் கூட்டி வந்தேன்."

"இன்று முதல் உவார்ட்டில் தங்குவதற்கு ஒருவருக்கும் அனுமதியில்லை. எல்லா நோயாளிகளையும் நிர்வாகமே பார்த்துக் கொள்ளும்."

"அப்படியா? அப்பாவை ஒருதடவை பார்த்துச் செல்லலாமா?" ஏமாற்றத்துடன் கேட்டாள் அவள்.

"தற்போதிருக்கும் சூழ்நிலையில் பார்க்கமுடியாது. நாங்கள் உங்களுக்கு அறிவிக்கும்போது வாருங்கள்."

நிலைமையின் தீவிரத்தைத் திசை திருப்புவதற்காக,

"உங்கள் பண்ணை, தோட்டம் எல்லாம் இப்ப எப்படிப் போகின்றது?" என்று விசாரித்தான் அகிலன்.

"மழை பெய்ததால், இப்போ காடுகள் எல்லாம் மீண்டும் துளிர்த்துவிட்டன" என்றவள், தன் மகனையும் கூட்டிக்கொண்டு போய்விட்டாள்.

அன்று மாலை எல்லோருக்குமான கொரோனா முடிவுகள் வந்திருந்தன. ஒலிவருக்கு மாத்திரம் பொஷிட்டிவ். ஏனைய யாவருக்கும் கொரோனாத் தொற்று இருக்கவில்லை. ஒலிவர் உடனடியாக கொரோனா உவார்ட்டிற்கு மாற்றப்பட்டார்.

'ஒலிவரின் முதுமை கொரோனாவைத் தாக்குப்பிடிக்குமா?' அகிலனின் மனதில் பூதாகரமாக ஒரு கேள்வி எழுந்து நின்றது.

○

அகிலன் வேலை முடித்து வரும்வரைக்கும் விழித்திருக்கும் அக்சரா, இன்று செற்றியில் சரிந்தபடி உறங்கிப்போயிருந்தாள். கீழே ஒரு கொப்பி விழுந்து கிடந்தது. தன் உடலைச் சுத்தம் செய்துவிட்டு, கொப்பியைத் தூக்கி பிரித்துப் பார்த்தான் அகிலன். 'மரணத்தின் கடவுள் வந்திருக்கின்றார்' என்று தனது கிறியேற்றிவ்' படைப்பிற்குத் தலைப்பிட்டிருந்தாள் அக்சரா.

'2025 ஆம் ஆண்டு குளிர் காலம். எங்கும் பதற்றம். அலறல்கள், கதறல்கள். மனிதர்கள் எல்லோரும் தமது உடலை முற்றுமுழுதாக

மூடி கவசம் அணிந்திருந்தார்கள். இந்தத் தடவை காற்றின் மூலமாகவும் தொற்று பரவிக்கொண்டிருந்தது. நாடுகள், கண்டங்கள் என ஒன்றையும் விட்டு வைக்கவில்லை. வீட்டைப் பூட்டிக்கொண்டு மனிதர்கள் ஒளிந்திருந்தபோதிலும், காற்று நோய்க்கிருமிகளைத் தூக்கிச் சென்று அடுத்தவரிடம் கொடுத்தது. வயது பேதமின்றி மனிதர்கள் துடிதுடித்து மாண்டு கொண்டிருந்தார்கள். இதுவரை 2020 இல் இறந்தவர்களை விட ஐந்து மடங்கு மக்கள் இறந்துவிட்டார்கள். இந்தத் தடவை சகல உயிரினங்களுக்கும் தொற்று ஏற்பட்டதால் வீதியெங்கும் விலங்கினங்களும் பறவைகளும் செத்துக் கிடந்தன. வைரஸ் தினமும் தன்னைத்தானே உருமாற்றிக்கொண்டு கோரத்தாண்டவமாடியது.'

முழுவதையும் படிப்பதற்குள் அக்சரா விழித்துக் கொண்டாள்.

"அக்சராக் குட்டி... போய் பெட்டிலை படும்மா..." சொல்லியபடி கொப்பியை அருகேயிருந்த மேசையில் வைத்தான்.

"அப்பா... அந்த டேவிட்டுக்கு என்னவாயிற்று?" பாதித் தூக்கத்தில், கால்கள் நிலத்தில் இழுபட்டவாறே முனகினாள் அக்சரா. அக்சரா அதிகம் பயப்படுகின்றாள் என்பதைப் புரிந்துகொண்டான் அகிலன். அவளுக்கு உண்மையைச் சொன்னால் பதறிப்போவாள் என நினைத்த அகிலன், "ஒன்றும் இல்லையம்மா" என்றான். படுக்கையில் அக்சரா சரிந்ததும் போர்வையினால் அவளை மூடிவிட்டு, டைனிங் ரேபிளுக்குப் போனான். அங்கே பெற்றோர் அவனுக்காகக் காத்திருந்தார்கள். அவர்கள் முகத்தில் கவலையும் கலவரமும் குடிகொண்டிருந்ததை அகிலன் அவதானித்தான். அவர்கள் எதையோ கேட்பதற்கு தயக்கப்படுவது அகிலனுக்குத் தெரிந்தது.

"சித்திரா ரெலிபோன் எடுத்தாளா?" கேட்டான் அகிலன். அவர்கள் ஆமாப் போடும் விதத்திலிருந்து, சித்திரா எல்லாவற்றையும் உளறிவிட்டாள் என்பதைப் புரிந்து கொண்டான்.

வரும் திங்களில் இருந்து பெற்றோர்களுடனும் அக்சராவுடனும்

ஒன்றாக இருக்க முடியாது என்பதைச் சொல்லவேண்டிய தருணம் வந்துவிட்டது. கொரோனா வார்ட்டில் வேலை செய்பவர்கள், நோய்க்காவியாக மாறக்கூடும் என்ற காரணத்தால் வைத்தியசாலையிலேயே தங்க வேண்டும். அக்சரா பாவம். அப்பா, அம்மாவை விட்டு சிறிது காலம் பிரிந்திருக்கப் போகின்றாள். அதைப்பற்றி நினைத்தபடி உறக்கத்திற்குப் போனான் அகிலன்.

உறக்கத்தில் பல லட்சம் ஆவிகள் வந்து அகிலனைப் பார்த்துப் பரிகசித்தன. 'நீங்கள் எல்லாம் தோற்றுப் போய்விட்டீர்கள்!' செவ்வாய்கிரகத்திற்குப் போகின்றீர்கள். சூரியமண்டலத்தையும் தாண்டி உயிரினங்கள் இருக்கின்றனவா என்று ஆராய்ச்சி செய்கின்றீர்கள். நம் அருகில் வந்திருக்கும் இந்த வைரஸ் கிருமிகளைக் கண்டுகொள்ள உங்களால் முடியவில்லையே! வெந்து தணிந்த காடுகள் எல்லாம் துளிர்க்கும் என்றால், இயற்கைதான் இதையும் சரிசெய்து கொள்ள வேண்டுமா? அப்படியானால் உங்கள் வேலைதான் என்ன?' குற்ற உணர்ச்சி மனதை வாட்ட உருண்டு புரண்டான்.

அதிகாலை ஐந்து மணியளவில் அக்சரா விழித்துக் கொண்டாள். யாரோ தொடர்ந்து இருமும் சத்தம் கேட்டு துயில் கலைந்தாள். தூக்கக் கலக்கத்தில், காதுகளைக் கூர்மையாக்கிக் கொண்டே எழுந்து நடந்தாள் அவள். அப்பாவின் அறைக்கு முன்னால் வந்து நின்றாள். கதவைத் தட்டினாள்.

"அப்பா தொடர்ந்து இருமிக் கொண்டிருந்தீர்கள். அதுதான் பார்க்க வந்தேன்."

"அப்படியா? எனக்குத் தெரியவில்லையே!"

தொடர்ந்த வேலைக் களைப்பினால், தான் இருமுவதையே அறியாமல் இருந்தான் அகிலன்.

"மூச்செடுக்கக் கூடக் கஸ்டப்படுகிறீர்கள் அப்பா!"

"நேற்றுத்தான் கொரோனா ரெஸ்ற் செய்திருந்தேன். ஒன்றும் இல்லை என்று பதில் வந்திருந்ததே! எந்தவித அறிகுறிகளும்

காட்டவில்லையே!" அக்சரா வீணாகப் பயப்படுகின்றாள் என நினைத்தபடி, நெற்றியில் கையை வைத்துப் பார்த்தான் அகிலன்.

மறுகணம் ஒலிவர் ஒரு நோய்க்காவியாக இருந்திருக்கின்றான் என்ற உண்மை உறைத்தது.

"அக்சராக்குட்டி..... உள்ளே வரவேண்டாம்!" அகிலனின் வாய் உளறியது.

O

கொரோனா உவார்ட்டில் டாக்டராக வேலை செய்ய இருந்த அகிலன், அதே தினத்தில் ஒரு கொரோனா நோயாளியாகத் தஞ்சமடைந்தான். அகிலனும் ஒலிவரும் டேவிட்டும் எலிசபெத்தும் ஒரே உவார்ட்டில் பேதமின்றி நோயாளியாகிப் போனார்கள். சில தினங்களில் ஒலிவர், தனது பூர்வீகத் தொடர்புகளை முறித்துக்கொண்டு அந்த உவார்டைவிட்டு விடைபெற்றுக் கொண்டார்.

O

கணையாழி (மாசி, 2021)

பதிவுகள் (பங்குனி, 2021)

அம்மாவின் எண்பதாவது பிறந்ததின உரை

"அண்ணா! இஞ்சை வந்து பார் அம்மாவை..." வரதலிங்கத்தின் காதிற்குள் கிசுகிசுத்தான் சதாநேசன். இருவரும் பூனை போல கால்களைத் தூக்கித் தூக்கி வைத்து நடந்து, அம்மாவின் அறையை நோக்கிச் சென்றார்கள். மறைவாக நின்று அம்மாவை எட்டிப் பார்த்தார்கள்.

அம்மா படுக்கையில் அமர்ந்தவாறு, வரதலிங்கம் சுவிஷில் இருந்து கொண்டுவந்த ஆடைகளைப் பிரித்துப் பார்த்துக் கொண்டிருந்தார். அவரின் பஞ்சு போன்ற பாதங்கள் கட்டிலிலிருந்து நீண்டு அந்தரத்தில் தொங்கி ஆடிக்கொண்டிருந்தன. மனம் எங்கோ லயித்திருக்க, உதடுகள் மெல்லச் சிரிப்பதும் மூடுவதுமாக இருந்தன.

அம்மாவின் பிறந்தநாள் கொண்டாட்டத்திற்காக இன்று காலைதான் வரதலிங்கமும் மனைவியும் சுவிஷிலிருந்து வந்திருந்தார்கள். வரதலிங்கம் ஒரு பக்திப்பழம். தனது கற்பித்தல் தவிர்ந்த நேரங்களில் - சுவிஷ் கோவில் ஒன்றில், அங்கீகரிக்கப்படாத மந்திரங்கள் தெரியாத, மடைப்பள்ளி ஐயராக இருக்கின்றான். அவன் அம்மாவிற்காக சுவிஷில் இருந்து விலையுயர்ந்த ஆடைகளை வாங்கியிருந்தான். அம்மா

வெள்ளை ஆடைகளை அணிவதில்லை. அதே நேரத்தில் மயிர்க்கூச்செறியும் ஆடைகளையும் தெரிவு செய்வதில்லை. மெல்லிய வர்ணங்கள்தான் அவர் விருப்பம். இதை ஏற்கனவே அறிந்திருந்த வரதலிங்கத்தின் மனைவி, அவருக்குப் பொருத்தமான ஆடைகளை வாங்கி வந்து அசத்தியிருந்தாள். வரதலிங்கத்திற்கும் சதாநேசனுக்கும் பின்னாலே நின்று தலையை நீட்டி மடக்கி அம்மாவை எட்டிப் பார்த்ததில் அவளுக்கு மூச்சிரைத்தது. உயரம் கட்டை என்பதால் துள்ளித்துள்ளி ஓசை எழுப்பியபடி அந்த அதிசயக் காட்சியைப் பார்த்தாள். அவளின் தொங்கலைப் பார்த்த இருவருக்கும் சிரிப்பு வர, அடக்க முடியாமல் போய்விட்டது. அதுவே அம்மாவின் செய்கைக்கு முற்றுப்புள்ளி வைத்தது. நிமிர்ந்து அவர்களைப் பார்த்தார் அம்மா.

“அம்மா! நாளைக்கு நீங்கள் ஒரு ஸ்பீச் குடுக்க வேணும்” என்றான் சதாநேசன்.

“எடப் போடா நீ...” என்றார் அம்மா.

“எண்பதாவது பிறந்த நாள் அம்மா... சும்மாவே! எவ்வளவு காசு செலவழிச்சு, ஹோல் எடுத்து, தடல்புடலாச் செய்யுறம். அம்மாவின் பிறந்தநாளுக்காக பிள்ளைகள், மருமக்கள், பேரப்பிள்ளைகள் எல்லாம் வெளிநாட்டிலிருந்து வருகினம். நீங்கள் உங்கட வித்துவத்தைக் காட்டவேணும் அம்மா” என்று சதாநேசன் சொல்லிக் கொண்டிருக்கும்போதே,

“அம்மா! இங்கிலீசிலை ஸ்பீச் குடுக்கப் போறியளோ அல்லது தமிழிலை குடுக்கப் போறியளோ? பள்ளிக்கூடத்திலை முந்தி அம்மா இங்கிலிஸ் ரீச்சரல்லே!” என வரதலிங்கம் நக்கலடித்தான்.

“அது அப்ப... சின்ன வகுப்புகளுக்குப் படிப்பிச்சனான் தான். இப்பெல்லாம் மறந்து போச்சு” என்றார் அம்மா சிரித்துக் கொண்டே.

வரதலிங்கமும் மனைவியும் அம்மாவின் அருகில் போய் இருந்தார்கள். படுக்கையின் ஓரத்தில் ‘ஔவையார்’ என்று தலைப்பிட்ட புத்தகம் ஒன்று குப்புறமாக மடித்து

வைக்கப்பட்டிருந்தது. அம்மாவின் உருவமும் ஒருவகையில் ஔவையார் போலத்தான்.

அம்மா ஏக்கத்துடன் அவர்கள் இருவரையும் பார்த்தார். அந்த ஏக்கத்தின் பொருள் - அவர்களுக்குப் பிள்ளைகள் இல்லை என்பதுதான். அவர்களும் அதைப் புரிந்து கொண்டார்கள். இன்று நேற்றா இந்த நாடகம் நடக்கின்றது?

"எட வரதலிங்கம்... சாருமதி எத்தினை மணிக்கு நாளைக்கு வருவாள்?" ஏக்கத்தை முறித்துக் கொண்டே கேட்டார் அம்மா. சாருமதி - வர்தலிங்கத்திற்கும் சதாநேசனுக்கும் இடைப்பட்டவள். சாருமதி குடும்பத்தினர் இந்தப் பிறந்தநாள் விழாவிற்காக கனடாவில் இருந்து வருகின்றார்கள்.

"விடியக் காலைமை எட்டு மணிக்கு ஃபிளையிற் வரும். நானும் அண்ணாவும் போய்க் கூட்டி வருவம் அம்மா.... நீங்கள் ஒண்டுக்கும் யோசிக்காதையுங்கோ. இண்டைக்காவது கொஞ்சம் வெள்ளணவாப் படுங்கோ" என்றான் சதாநேசன்.

அம்மா, தன் கடைசி மகன் சதாநேசனுடன் அவுஸ்திரேலியாவில் இருக்கின்றார். சதாநேசன் தனது வேலை நேரம் போக, மிகுதி நேரத்தில் தமிழ்ப்பள்ளி ஒன்றில் ஈடுபடுகின்றான். அமைதியும் அடக்கமும் கொண்டவன் என்று அங்கே நன்மதிப்புப் பெற்றவன். அம்மாவின் உலகம் இப்பொழுது சதாநேசன் குடும்பத்தினருடன் கழிகின்றது. மூன்று பேரப்பிள்ளைகள். மூத்தவன் பல்கலைக்கழகம் போகின்றான். இரண்டாவது மகள் பாடசாலைக்குப் போகின்றாள். கடைசிப் பெண்குழந்தை வீட்டில். கொழுகொழுவென வளர்ந்து, கொள்ளை அழகுடன் அப்பம்மாவின் மடியில் எந்த நேரமும் துள்ளி விளையாடுகின்றாள்.

அம்மா சிலவேளைகளில் தனக்குரிய ஆடைகளையும் தானே தைத்துக் கொள்வார். நடுவிரல் நுனியில் 'தீதாள்' அணிந்து ஆடைகள் தைக்கும் அழகை சதாநேசனின் மூன்று பிள்ளைகளும் இமைக்காது பார்த்துக் கொண்டு நிற்பார்கள். சிலவேளைகளில் தைத்தபடியே கடைக்குட்டிக்கு தேவாரமும் சொல்லிக் குடுப்பார்.

அம்மாவுக்கு தனி அறை, பாத் றூம், ரொயிலற் என எல்லா வசதிகளும் செய்து குடுத்திருந்தான் சதாநேசன். குசினிக்குள் கூட தனி அடுப்பு, பாத்திரம் பண்டங்கள். தானே சமைத்தும் சாப்பிடுவார் அவர். மகனுக்கு இடையூறு இல்லாமல் தன்னைத் தானே பார்த்துக் கொள்வார். புத்தகங்கள் வாசிப்பார், தொலைக்காட்சி பார்ப்பார். கண்கள் இன்னமும் மங்கவில்லை. அன்னம் போல மெது நடை. அப்படி நடக்கும்போது எழும் மெல்லிய ஓசையை வீட்டில் இருப்பவர்களைத்தவிர மற்றவர்களால் கேட்க முடியாது. கதைக்கும்போது கூட மெதுவாக கொஞ்சம் இடைவெளி விட்டே கதைப்பார். எதைக் கதைக்கின்றோம் என்பதைத் தீர்மானிக்க அந்தக் கால இடைவெளி உதவும் என்பார்.

வீடு இரவு பதினொருமணி வரையும் கலகலத்தபடி இருந்தது. ஆக்கள் வருவதும் போவதுமாக இருந்தார்கள். சதாநேசன் தன் மூத்தமகனுடன் முறுகும் சத்தம் கேட்டு கதவை நீக்கி வெளியே எட்டிப் பார்த்தார் அம்மா.

“வினோதன் யூனிவசிட்டி தமிழ்ச்சங்க கலைவிழாவுக்கு பறை அடிச்சுப் பழகப் போறான் எண்டு நாண்டுகொண்டு நிக்கிறான்.”

“அவனாவது தமிழ்ப்பிள்ளையளோடை பழகிறான் எண்டு நினைச்சு சந்தோஷப்படு.”

“என்னம்மா சொல்லுறியள்? உவன் பறை அடிச்சா எங்களைப்பற்றி என்ன சொல்லுவினம்?”

“சதா... பறை எண்டு சொல்லுறது தமிழன்ரை இசைக் கருவியளிலை ஒண்டு. அவனை விடு. பழகட்டும்.”

சதாநேசன் அம்மாவை உற்று நோக்கிப் பார்த்துவிட்டு, “சரி அம்மா” என்றான்.

நெடுநேரமாக அம்மாவின் அறை விளக்கு ஒளிர்ந்து கொண்டிருப்பதை அவதானித்த சதாநேசன் அம்மாவின் அறையை எட்டிப் பார்த்தான். அம்மா படுக்கையில் தன் கால்களை நீட்டி அமர்ந்தபடி, தன் மடியில் தலையணையை இருத்தி ஏதோ கரிசனையாக எழுதிக் கொண்டிருந்தார்.

மகனைக் கண்டுவிட்ட அதிர்வில் எழுதிய பேப்பரை படுக்கை விரிப்பினுள் ஒழித்தார்.

“இஞ்சை பாரடா அம்மாவை... இரவிரவா நித்திரையும் கொள்ளாமல் நாளைக்குப் பேசப்போறதை எழுதிக் கொண்டிருக்கிறா...”

“நீ என்னண்டா நாளைக்கு என்னைப் பேசச் சொல்லிப் போட்டாய்... திடீரெண்டு இப்பிடிச் சொன்னா?” அம்மா சிரித்துக்கொண்டே தான் எழுதியதை எடுத்து சதாநேசனிடம் நீட்டினார். சதாநேசன் அதை வாங்கிப் படித்துவிட்டு, “நல்லா இருக்கு அம்மா... இவ்வளவும் போதும்” என திருப்திப்பட்டுக் கொண்டான்.

மறுநாள் காலை. இரண்டு மருமகள்மாரும் அம்மாவை ‘பியூட்டி பாலருக்கு’க் கூட்டிச் சென்றார்கள். அம்மா ஒருபோதும் மேக்கப் செய்ததில்லை. அதை அவர் விரும்புவதும் இல்லை. இந்தக் கூத்துகளை அவர் தவிர்க்கவே விரும்பினார். என்ன செய்வது! இன்று எண்பதாவது பிறந்தநாள் கொண்டாட்டமாயிற்றே!

அம்மா மேக்கப் போட்டுக்கொண்டு வீட்டிற்கு வரும்போது, வீடு களைகட்டி இருந்தது.

சாருமதி, கணவன் மற்றும் அவர்களின் மூன்று பிள்ளைகளின் குடும்பத்தினரும் வீட்டைக் கலகலப்பாக்கிக் கொண்டிருந்தார்கள். சாருமதியின் மகள் ஒரு பிலிப்பினோவைத் திருமணம் செய்திருந்தாள். இரண்டு ஆண்பிள்ளைகளும் ‘லிவிங் ருகெதர்’. மூத்தவன் ஒரு வியட்நாம் பெண்ணையும், இரண்டாமவன் ஒரு சீனப்பெண்ணையும் ‘லிவிங் ருகெதராக’ வைத்திருக்கின்றார்கள். ஒருத்தராவது வெள்ளைக்காரரைத் திருமணம் செய்யவில்லையே என்பது சாருமதியின் கவலை. அதைவிட மூன்றுபேருக்கும் பூச்சி புழுக்கள் இல்லையென்பது அம்மாவின் பெருங்குறை. அம்மாவிற்கு எல்லாருடைய பெயரும் அத்துப்படி. ஞாபகமறதி கிடையாது.

“எல்லாரும் இஞ்சை ஓடி வாருங்கோ... ஆரோ ஒரு புது லேடி எங்கடை வீட்டிற்கு வந்திருக்கின்றா” என்று அம்மாவைப் பார்த்துக் கிண்டலடித்தாள் சாருமதி.

எல்லோரும் ஆங்கிலத்தில்தான் கதைத்தார்கள். ஆனால் ஒவ்வொருவருடைய ஸ்ரைலும் வித்தியாசமாக இருந்தது. அவர்களின் சாப்பாட்டு முறைமைகளும் வித்தியாசமாக இருந்தன. ஒருவர் பிஷா என்றும், இன்னொருவர் கேஎவ்சி என்றும், மற்றவர் நூடில்ஸ் என்றும் சொல்வார்கள். ஒவ்வொருத்தரும் ஒவ்வொரு விதமான நிறங்கள். வித்தியாசமான உருவங்கள். ஒருவருக்குக் கண் மேலே இழுத்திருக்கும். மற்றவருக்குக் கீழே இழுத்திருக்கும். வித்தியாசமான ஆடைகள், வித்தியாசமான பழக்கவழக்கங்கள்.

"அவுஸ்திரேலியாவும் கனடாவும் மல்ரி கல்சரர் நாடுகள். எங்கடை மல்ரி கல்சரர் வீடு" என்பாள் சாருமதி.

சாருமதியின் மூத்த மருமகள் அழகுநிலையத்தில் வேலை செய்வதாகச் சொன்னாள். தனது பாட்டனார் வியட்நாமில் பாபர்சலூன் வைத்திருந்ததாகப் பெருமை கொண்டாள். இரண்டாமவள் 'பிஸ் அண்ட் சிப்ஸ்' கடை வைத்திருக்கின்றாள். மருமகன் தான் ஒரு 'ஃபிஸ் மாக்கெற்' கனடாவிலும், இன்னொரு 'மீன் சந்தை' பிலிப்பீன்ஸ் நாட்டிலும் வைத்திருப்பதாகச் சொன்னான். கை, தோள்பட்டையெல்லாம் பச்சை குத்தியபடி தலைமயிரை 'போனி ரெயிலாக'க் கட்டியிருந்தான் அவன்.

அம்மாவுக்கு தலை விறைத்துப் போய்விட்டது.

"சாரு... இஞ்சை வா! இதிலை கொஞ்சம் இரு" என்று எதிரே உள்ள கதிரையைக் காட்டினார் அம்மா.

"இஞ்சை பார்... உன்னை நான் அக்கவுண்டன்ற் ஆக்கியிருக்கிறன். வரதலிங்கத்தைப் பட்டதாரி ரீச்சர் ஆக்கியிருக்கிறன். சதாநேசனை இஞ்சினியர் ஆக்கியிருக்கிறன். நீ உன்ரை பிள்ளையளை என்னவாக ஆக்கியிருக்கிறாய்?"

சாருமதி கோபப்படவில்லை. அமைதியாகப் பதில் தந்தாள்.

"ஏன் அம்மா...? அவையளுக்கென்ன குறை. மகள் ஏஜ்கெயரில் வேலை செய்கின்றாள். மகன்மார் இரண்டுபேரும் ரியல் எஸ்ரேற்றில் வேலை செய்யினம். அவங்களுக்கு அதுதான்

விருப்பம். அம்மா... நாங்கள் இப்ப பல்லினக்கலாச்சார நாடுகளிலை இருக்கிறம். இனிமேல் இப்படித்தான் எல்லாம் இஞ்சை நடக்கும். அதுகள் தாங்கள் தாங்கள் விரும்பினதைத்தான் படிக்குங்கள், விரும்பினதுகளைத்தான் கலியாணம் கட்டுங்கள். எங்களாலை இனி ஒண்டும் செய்ய முடியாது.”

“ஒண்டு எப்பவும் வாயுக்குள்ளை சுவிங்கத்தைச் சப்புது... இன்னொண்டு எப்பவும் கண்ணாடியிலை முகத்தைப் பாத்துக் கிள்ளுது... ஒண்டு என்னண்டா மொபைல்போனை நோண்டிக்கொண்டு இருக்குது...” தனக்குள் முணுமுணுத்துக் கொண்டார் அம்மா. அவருக்கு சாருமதியின் பதிலில் பெரிதாகத் திருப்தி இல்லை. இங்கிலிஷ் ரீச்சருக்கு அவை ஒன்றுமே புரியவில்லை. பழையனவற்றை நினைத்துப் பெருமூச்செறிந்தார் அவர்.

“சதாநேசன் தன்ரை மூண்டு பிள்ளையளையும் எப்பிடி வளத்து வைச்சிருக்கிறான் எண்டு பாத்தனிதானே!”

“நீங்கள் பக்கத்திலை இருக்கிறியள் அம்மா. எல்லாத்தையும் பாத்துக் கொள்ளுறியள். எப்ப கனடா வந்து என்னுடன் இருக்கப் போறியள்?” சாருமதியின் கேள்விக்கு அம்மா சிரித்தார்.

“நேரம் வரும்போது வருவேன்” என்றார்.

சாருமதி அவுஸ்திரேலியாவிற்கு முன்பும் இரண்டு தடவைகள் வந்திருக்கின்றாள். ஒவ்வொருதடவை வரும்போதும், “உனக்கு பிள்ளையளை வளக்கத் தெரியாது” என அம்மாவிடம் பேச்சு வாங்குவார்.

வீடு திருவிழாக்கோலம் பூண்டிருந்தது. ஒவ்வொருத்தரும் ஆடைகளை அணிந்துகொண்டு சரக்குச்சரக்கென்று நடந்தார்கள். ஒருவர் மாறி ஒருவரென அழகு காட்டினார்கள். சாருமதியின் இரண்டு மருமக்கப்பெண்களும் ஒப்பனை குலைந்துபோய் விடும் என்ற பயத்தில் ஒரு இடத்தில் பொம்மையாக அசராமல் இருந்தார்கள். யார் கதை கேட்டாலும் திரும்பிப் பாராமல் அப்படியே இருந்தபடி பதில் தந்தார்கள்.

மாலை நாலுமணிக்கு எல்லோரும் ஹோலுக்குப் புறப்பட ஆயத்தமானார்கள். கார்கள் வருவதும் போவதுமாக இருந்தன.

மழை வரும்போல் வானம் இருண்டு கிடந்தது. வீட்டைச் சுற்றி வெளியே எங்கும் குளிர் அப்பிக் கிடந்தது.

ஹோல் நிரம்பவே சனம் வழிந்தது. அம்மா எல்லோருக்கும் கைகுலுக்கியபடியே தனது ஆசனத்தில் போய் அமர்ந்தார். சதாநேசனும், பேரப்பிள்ளைகளில் ஒருவரும், மற்றும் வந்திருந்தவர்களில் ஒருவருமென மூன்று பேர்கள் பிறந்ததின விழாவிற்கான தமது பேச்சுக்களை நிகழ்த்தினார்கள். இது நடந்து கொண்டிருக்கும்போதே, ஒவ்வொரு மேசைக்கும் சாப்பாடு மணக்க மணக்க வந்து கொண்டிருந்தது.

அம்மா 'கேக்' வெட்டி பிறந்தநாள் விழாவை ஆரம்பித்தார்.

'இப்பொழுது பிறந்ததின விழா கொண்டாடும் நேசம் அம்மா அவர்கள் உரையாற்றுவார்கள்.'

பெரும்பாலானவர்கள் இன்றுதான் அம்மாவின் பெயரை அறிந்தார்கள். 'பிறந்தநாள் கேக்'கில் கூட 'அம்மா' என்றே போட்டிருந்தார்கள். அவர் எல்லோருக்கும் அம்மா தான். சதாநேசனின் பெண்பிள்ளைகள் இருவரும் அம்மாவை மேடைக்குக் கூட்டிச் சென்றார்கள். அம்மாவின் பிறந்ததின உரை ஆரம்பமாகியது.

"மண்ணில் நல்ல வண்ணம் வாழலாம் வைகலும்

எண்ணில் நல்லகதிக்கு யாதுமோர் குறைவிலைக்

கண்ணில் நல்லஃதுறுங் கழுமல வளநகர்ப்

பெண்ணில் நல்லாளொடும் பெருந்தகை இருந்ததே!

என்னுடைய பிறந்தநாள் விழாவிற்காக உங்கள் நேரத்தை ஒதுக்கி இங்கு வருகை தந்த அனைவருக்கும் நன்றி. நீங்கள் பல பரிசுப்பொருட்களைத் தந்து இந்த நேரத்தில் என்னை மகிழ்வித்திருக்கின்றீர்கள்.

என்னைப் பற்றித் தெரியாதவர்களுக்காகச் சில வார்த்தைகள்.

நான் இலங்கையின் வடபகுதியில் கொக்குவில் என்னும் கிராமத்தில் பிறந்து வளர்ந்தேன். பொற்பதி பிள்ளையார் கோவிலுக்கு அண்மித்துத்தான் எனது சிறுவயது வாழ்க்கை கழிந்தது. திருமணத்தின் பின்னரும் அங்கேதான் வசித்தேன். ஆச்சாரமான குடும்பத்தைச் சேர்ந்தவள். அங்கு இருக்கும் வரையும் வீட்டில் மரக்கறிச்சாப்பாடுதான் சமைப்பார்கள்.”

எல்லாரும் அவரது உரையை மிகவும் உன்னிப்பாகக் கேட்டுக் கொண்டிருந்தார்கள். குரலில் தளர்ச்சி இல்லை. கணீரென்று நாதமெழுப்பும் குரல். சதாநேசன் சிறிது நேரம் அம்மாவின் உரையைக் கேட்டுக்கொண்டிருந்துவிட்டு சமையல்களத்திற்குப் போய்விட்டான்.

“காலமும் இடமும்தான் மனிதர்களின் வாழ்க்கையத் தீர்மானிக்கின்றன. இதுக்கு என் மகள் சாருமதியே சாட்சி! அன்றிருந்த வாழ்க்கை முறைமைகளுக்கும் இன்றிருப்பவைக்கும் நிறையவே வேறுபாடுகளை நான் பார்க்கின்றேன். இத்தனை வருடங்களில் வாழ்க்கை முறை, திருமண பந்தம், கல்வி, ஆடைகள், தொழில் நுட்பம், சினிமா என எவ்வளவோ மாற்றங்கள் கண்டிருக்கின்றன.

எனது பிள்ளைகள் மிகவும் அன்பாக என்னை இங்கே பார்க்கின்றார்கள். தங்களின் பிஷியான வாழ்க்கையிலும் மனங்கோணாமல் வைத்தியரிடம் அழைத்துச் செல்கின்றார்கள்; எனக்குத் தேவையானவற்றை வாங்கித் தருகின்றார்கள்; கோயிலுக்குக் கூட்டிச் செல்கின்றார்கள்.

ஒவ்வொரு பிறந்தநாள் வரும்போதும் நாங்கள் எல்லோரும் ஒன்றுகூடி, மிகவும் எளிமையாக வீட்டில் கொண்டாடுவோம். இந்தத்தடவை பிள்ளைகள் ஹோல் எடுத்து மிகவும் சிறப்பாகச் செய்கின்றார்கள்.

உலகத்திலே பிறந்த மனிதர்களில் இரண்டுவிதமான சாதியினர் தான் உள்ளார்கள். ஒருவர் அடுத்தவருக்குக் கொடுத்து உதவும் நல்ல மனம் படைத்த மேலோர்; மற்றவர் தன்னிடம் உள்ளவற்றை அடுத்தவருக்குக் கொடுக்காத கீழோர். நீங்கள்

எல்லோரும் மேலோராக வாழப் பழகிக் கொள்ளுங்கள். சந்தோசத்தையும் துக்கத்தையும் சமன் செய்து வாழுங்கள்.

என்னைப் போன்றவர்களுக்கு, ஒவ்வொருநாள் விடிவதும் ஒரு 'போனஸ்' நாள் தான். நாளைக் காலை உறக்கத்தில் இருந்து எழுவதுபற்றி நிட்சயம் இல்லை."

அதுவரை மகிழ்ச்சியுடன் பேசிக்கொண்டே வந்த அம்மா, திடீரெனக் கவலை கொண்டார். அவரின் குரலில் சிறிது பிசிறல் விழுந்தது. கண்ணாடியைக் கழற்றிவிட்டு கண்ணீரைத் துடைத்துக் கொண்டார். கையிலே குறிப்பெழுதி வைத்திருந்த தாளை நான்காக மடித்து வைத்துக் கொண்டார். அருகே நின்ற பிள்ளைகள் இருவரும் அப்பம்மாவை நிமிர்ந்து பார்த்துவிட்டு குனிந்து நின்றார்கள். அவர் தனது பேச்சினைத் தொடர்ந்தார்.

"என்னுடைய கணவர் நாப்பது வருடங்களுக்கு முன்னரே எம்மை விட்டுப் போய்விட்டார். நீங்கள் எல்லாரும் நான் நூறு வயது வரை வாழவேண்டும் என்று வாழ்த்தினீர்கள். உங்களுக்கு எனது நன்றி. ஆனால் என்னுடைய ஒவ்வொரு பிறந்தநாள் வரும்போதும் என் மனதில் ஒரு பாரம் கிடந்து அழுத்துவதை யார் அறிவார்கள். அதை நான் எப்படிச் சொல்லுவது? என்னை எவ்வளவு சீக்கிரமாக எடுத்துக்கொள்ள முடியுமோ அவ்வளவு சீக்கிரத்தில் எடுத்துக் கொள் என்றுதான் நான் தினம் தினம் ஆண்டவனை வேண்டுகின்றேன்.

எனது மூத்தமகன் புத்தி பேதலித்து, தினம்தினம் அவஸ்தைப்பட்டுக் கொண்டிருக்கும்போது, எப்படி நான் மகிழ்ச்சியுடன் வாழ முடியும்?"

எல்லாரும் வரதலிங்கத்தைத் திரும்பிப் பார்த்தார்கள். அவன் ஒன்றுமே நடவாதது போலப் பின்வரிசையில் நின்று யாருடனோ சிரித்துக் கதைத்துக் கொண்டிருந்தான்.

"உங்களுக்கு நமது சாதிமுறைகளைப்பற்றித் தெரிஞ்சிருக்கும். எனது மூத்தமகன் தேவராஜன் - இங்கிருப்பவர்களில் அவன் தான் எல்லாரிற்கும் மூத்தவன் - பள்ளியில் படிக்கும்போது ஒரு பெண்ணை விரும்பியிருந்தான். அவள் தாழ்த்தப்பட்ட

இனத்தைச் சேர்ந்தவள். எனக்கும் சாருமதிக்கும் சதாநேசனுக்கும், அவன் அந்தப் பெண்ணை மணம் முடிப்பதில் துளிகூட விரும்பம் இருக்கவில்லை. என்னுடைய கணவருக்கு மூத்த மகன் என்றால் கொள்ளை ஆசை. அவர் அந்தத் திருமணத்திற்கு விருப்பம் தெரிவித்திருந்தார். பத்துவருடங்களாக இழுபட்டுக் கொண்டே போனது. கடைசியில் அந்தப்பெண்ணிற்கு, பலவந்தமாக வேறு ஒரு ஆணை அவளின் பெற்றோர்கள் திருமணம் செய்து வைத்தார்கள். திருமணம் நடந்த இரண்டாம்நாள் அவள் தூக்குப் போட்டுச் செத்துவிட்டாள். அதற்குப் பிறகு எனது மூத்தமகனுக்கு இந்த நிலை, விசராக்கிப் போட்டுது.

அன்று நான் எனது மூத்தமகனுக்கு அந்தக் கலியாணத்தைச் செய்து வைத்திருந்தால், என்னை என் உடன்பிறப்புகளும் சுற்றத்தாரும் கைகழுவி விட்டிருப்பார்கள். அதாலை நான் அன்று பிடிவாதக்காரியாக இருந்துவிட்டேன். அவனையே நினைத்து நினைத்து உருகிக்கொண்டிருந்த என் கணவரும் சீக்கிரமே எம்மிடமிருந்து விடைபெற்றுக் கொண்டார்.

ஊரில் இருக்கும் வரையும் நான்தான் அவனை வைத்துப் பராமரித்தேன். நாட்டு நிலமைகள் காரணமாக ஓடி ஓடி இடம்பெயர்ந்தபோதும் நான்தான் அவனைப் பார்த்தேன். பின்பு என்னையே நான் பார்க்க முடியாத நிலை வந்தபோது தான், இவர்கள் என்னை இங்கே கூப்பிட்டார்கள். பாவி நான், இங்கேயே வந்து தங்கிவிட்டேன். இப்போது அவனைப் பராமரிப்பது, இறந்துபோய்விட்ட அவனது காதலியின் தம்பி தான்.

எனக்கு இப்ப இருக்கின்ற கவலை என்னவெண்டா, நான் இல்லாத காலத்தில் அவனை யார் பார்ப்பார்கள்? நான் சரியாக உறங்கிப் பல வருடங்கள் ஆகிவிட்டன. ஆழ்மனதில் இருக்கும் மர்மங்கள் என் உறக்கத்தைக் கெடுத்து விடுகின்றன. இன்று எனது பாரத்தை உங்கள் முன் இறக்கி வைக்கின்றேன்.”

அம்மாவின் இருண்ட பக்கங்கள், ஹோலிற்குள் ஒளிவெள்ளத்தில் நிரம்பியிருந்த எல்லோர் மனதிலும் சலனத்தை ஏற்படுத்தியது.

அம்மாவின் உரை இப்படித் திசைமாறிப் போகும் என அறியாத பிள்ளைகள் ஆளுக்காள் ஓடி முழித்தார்கள்.

“கிழவி எல்லாத்தையும் உளறுது. ஓடிப்போய் ஸ்பீச்சை நிப்பாட்டு அக்கா...” சதாநேசன் சாருமதியிடம் கெஞ்சினான். அதுவே நல்லதெென வரதலிங்கத்திற்கும் பட்டது.

சாருமதி மேடையை நோக்கி விரைந்தாள். அதற்குள் அம்மா கைகளைத் தூக்கி கும்பிட்டபடியே, மேடையில் இருந்தும் கீழ் இறங்கினார். பிள்ளைகள் அவரை சதாநேசன் நிற்குமிடத்திற்குக் கூட்டிச் சென்றார்கள். பின்னாலே சாருமதி விரைந்தாள்.

“இப்பிடித்தான் அம்மா கொஞ்ச நாட்களாக உளறிக்கொண்டு திரிகின்றார். அவவுக்கு இப்ப டெமென்சியா வந்திட்டுது. நேர்ஷிங்ஹோமிலை கொண்டுபோய் விடுறதுதான் நல்லதெண்டு படுகுது” சதாநேசன் தன் நண்பர்களுக்கு விளக்கம் சொல்லிக் கொண்டிருந்தான்.

அம்மாவிற்கு சதாநேசன் சொல்வது கேட்டிருக்க வேண்டும். அவர் தன் கைகளைப் பேரப்பிள்ளைகளிடமிருந்து, அவர்களுக்குத் தெரியாமலே விடுவித்துக் கொண்டு, சாருமதியின் கைகளைப் பிடித்தார். அந்தப் பிடிப்பில் ஒரு அழுத்தம் வேரோடுவதை சாருமதி உணர்ந்தாள்.

○

ஞானம் சஞ்சிகை நடத்திய செம்பியன் செல்வன் சிறுகதைப்போட்டி (2020) பரிசு பெற்றது.

ஞானம் (மாசி, 2021)

கலைந்தது கனவு

காலை. காங்கேசன்துறை வீதி கலகலப்பாகத் தொடங்கிவிட்டது. துர்க்கை அம்மன் கோவிலுக்கு அருகாமையில் இருக்கும் குச்சொழுங்கை வழியாக வந்த கிருஷ்ணவேணி கோவிலை நோக்கிச் சென்றாள். பாதணிகளை வீதியிலே கழற்றிவிட்டு நின்றபடியே கும்பிட்டுக் கொண்டாள். கோபுரத்தின் உச்சிவரை நிமிர்ந்தன அவள் கண்கள். அவளைக் கடந்து போவோர் அவளை ஒருகணம் திரும்பிப் பார்க்கின்றனர். திரும்பிப் பார்க்க வைக்கும் அழகுதான். மெல்லிய உயர்ந்த தேகம் கொண்ட அவள், இறுக வரிந்த மயில்நீல வர்ணச் சேலையில் தங்க விக்கிரகம் போல ஜொலிக்கின்றாள். நெற்றியில் திருநீற்றின் குறியும் பொட்டும், மல்லிகை மொட்டுகள் பிரிந்து மணம் கமிழ்க்கும் மாலையுமாக பார்ப்பவர்கள் அவளையும் சேர்த்துக் கும்பிடத் தோன்றும். தினமும் அப்படித்தான் அவள் வேலைக்குப் போய் வருவாள். யாழ்ப்பாண நகரில் தனியார் கொம்பனி ஒன்றில் இலிகிதராக வேலை செய்கின்றாள்.

பின்னர் வீதியை இருமருங்கும் பார்த்துவிட்டு, குறுக்காக வீதியைக் கடந்து எதிரே இருக்கும் பஸ் ஸ்ராண்டை நோக்கிச் சென்றாள். அங்கே அவளது தோழி இந்திரா நின்றுகொண்டிருந்தாள். அனேகமான வேளைகளில் இருவரும் ஒன்றாகத்தான் வேலைக்குப் போய் வருவார்கள். தகரத்திலான பஸ் ஸ்ராண்டிற்குள் காலை இளம் வெய்யில் அட்டகாசம் போட்டது. இருவரும் உள்ளே போய் அமர்ந்து கொண்டார்கள்.

கலகலப்பாகப் பேசும் இந்திரா இன்று அமசடக்காக இருக்கின்றாள். முகம் கூடக் கறுத்துப் போய் இருந்தது. கவலையுடன் கிருஷ்ணவேணியைப் பார்த்தாள். மெதுவாக நகர்ந்து அவள் தோள் மீது தலை சாய்த்தாள். காதிற்குள் ஏதோ ரகசியம் சொல்லிவிட்டு, தயக்கத்துடன் மொபைல்போனைத் திறந்து சில படங்களைத் தட்டிக் காண்பித்தாள்.

அகிலன் ஒரு பெண்ணுடன் நெருங்கியிருக்கும் சில புகைப்படங்கள்.

அகிலன் தற்போது அவுஸ்திரேலியாவில் அல்லவா இருக்கின்றான்!

நெஞ்சு திக்கென்றது கிருஷ்ணவேணிக்கு. திகைப்பில் படீரென அவளையுமறியாமல் மொபைல்போனைத் தட்டிவிட்டாள். பத்திரகாளியாட்டம் எழுந்தாள். தொங்கல் நடையில் வீதிக்குக் குறுக்காகப் பாய்ந்தாள். வாகனமொன்று கிரீச்சிட்டு அவளை மருவிக்கொண்டு ஓடியது. சத்தம் கேட்டு வீதியில் நின்றவர்கள் தலையில் கையை வைத்தார்கள்.

“ஏய் வேணி.... போகாதை. பஸ் வருகுது.”

கிருஷ்ணவேணி மறந்துவிட்டுப் போன அவளின் ஹாண்ட் பாக்கைத் தூக்கியபடி இந்திரா கத்தினாள். கிருஷ்ணவேணி அவளைப் பொருட்படுத்தவில்லை. கையை விசுக்கி வேகமாக வீடு நோக்கி நடந்தாள்.

“ஏன் என்ன நடந்தது?” இந்திராவை சிலர் விசாரித்தார்கள். அவள் ஒன்றும் கூறாது கிருஷ்ணவேணியைத் துரத்திக் கொண்டு பின்னாலே ஓடினாள்.

○

நடந்தது இதுதான்.

முதல் நாள் வியாழக்கிழமை மாலை அகிலனைச் சாப்பிட வரும்படி, மாதவி தன் வீட்டிற்கு அழைத்திருந்தாள். கடையில் சாப்பிட்டு அலுத்துவிட்ட அகிலனுக்கு, மாதவி தன் கைப்பட ஊர்ச் சாப்பாடு செய்து தருவதாகச்

சொல்லியிருந்தாள். அகிலனும் மாதவியும் இலங்கையில் பேராதனைப் பல்கலைக்கழகத்தில் பொறியியல் துறையில் இளங்கலை பட்டம் பெற்றுக் கொண்டவர்கள். மெல்பேர்ண் நகர பல்கலைக்கழகத்தில் மேற்படிப்பிற்காக புலமைப்பரிசில் பெற்று அவுஸ்திரேலியா வந்திருந்தார்கள்

இருவரும் அவுஸ்திரேலியா வந்து மூன்று மாதங்களாகிவிட்டன. மாதங்கள் எப்படிப் போனதென்றே தெரியவில்லை. புதிய இடம், இடையறாத படிப்பு அகிலனுக்கும் மாதவிக்கும் கதைத்துக் கொள்ளவே நேரம் இருக்கவில்லை. வார இறுதிகளில் பகுதி நேர வேலைக்கும் போய் வருவான் அகிலன். மெல்ல எல்லாம் பழக்கத்திற்கு வந்த பின்னர் இருவரும் நெருக்கத்திற்கு வந்தார்கள்.

பேராதனைப் பல்கலைக்கழகத்தில் நான்கு வருடங்கள் படித்தபோதும், மாதவியுடன் பழகாமல் இருந்ததை நினைக்க அகிலனுக்கு வியப்பாக இருந்தது. மாதவி என்றுமே அகிலனைக் கவர்ந்ததில்லை. மாதவி என்றல்ல, அகிலன் எந்த ஒரு பெண்ணுடனுமே அங்கு படிக்கும் காலத்தில் பழகியிருக்கவில்லை. அதேபோல மாதவிக்கும் அவன்மேல் எந்தவிதமான ஈடுபாடும் இருந்ததில்லை. படிப்பு ஒன்றுதான் அவளுக்கு முக்கியமானதாக இருந்தது. எண்ணெய் வழிய, முகத்தையும் அழகுபடுத்திக் கொள்ள மாட்டாள். தான் அணியும் ஆடைகளிலும் அக்கறை கொள்வதில்லை. வேறு ஒன்றிலும் அவளுக்கு நாட்டம் இருந்ததாகவும் தெரியவில்லை. ஆனால் அகிலன் அப்படியல்ல. அழகும் கம்பீரமும் கொண்ட அவன் நாகரீகமான ஆடைகள் அணிவதில் பிரியமானவன். சினிமா பார்ப்பது, உடற்பயிற்சி செய்வது எனப் பொழுதைப் போக்குவான்.

கூச்ச சுபாவமுடைய அகிலனுக்கு கிருஷ்ணவேணிதான் எல்லாம். கிருஷ்ணவேணியைச் சிறுவயது முதலே தெரியும். ஊரில் பத்துவீடுகள் தள்ளி இருந்தாள். வயதில் இரண்டு வருடங்கள் அவனைவிடக் குறைந்தவள். பாடசாலைக்கு ஒன்றாகப் போய் வருவார்கள். அவர்களைத் தனித்துக்

காண்பது அருமை. சிறுவயதில் நண்பி; உப்புமூட்டை சுமப்பது, கோவில் வீதிகளில் கைகோர்த்துக் கொண்டு மணலிற்குள் குழையக் குழைய நடப்பதுமாக இருப்பார்கள். பின்னர் காதலி; களவாகக் கதைகள் பேசி, காடு கரம்பையெல்லாம் ஊடலில் திளைத்திருப்பார்கள். ஏறக்குறைய 'இருபத்தைந்து வயது' அவர்களின் நட்பிற்கு.

பல்கலைக்கழகத்தில் இருந்த காலங்களில் வாரத்திற்கு ஒரு தடவையாவது கிருஷ்ணவேணியிடமிருந்து கடிதம் வரும். முத்து முத்தான எழுத்துக்களில் குழந்தைத்தனமாக ஊர்ப்புதினங்களை எழுதியிருப்பாள். ஆடு மாடு கோழி கூட பாத்திரங்களாக கடிதத்தில் உயிர்பெறும். அவற்றைப் படிப்பதில் அகிலனுக்கு ஒரு ஆனந்தம். உடல் சோர்வு நீக்கி, புத்துணர்ச்சியுடன் பாடங்களை படிக்க வைக்கும் மருந்து அது. எப்போதாவது ரெலிபோனில் கதைப்பார்கள். அது இருவருக்கும் பேரானந்தம். கிருஷ்ணவேணிக்கு, அகிலன் தன் பின்னால் சூக்கும சரீரத்தில் நிழலாகத் தொடர்வதாகவே உணர்வாள்.

அவுஸ்திரேலியாவில் தனிமை அகிலனையும் மாதவியையும் வாட்டி எடுத்தது. வார இறுதிகளில் மாதவிக்கு பொழுது போவது கஸ்டமாக இருக்கும். சிலவேளைகளில் சனிக்கிழமை கூடப் பல்கலைக்கழகம் சென்று வருவாள். ஆரம்பத்தில் படிப்பு தொடர்பாக இருவரும் பழக ஆரம்பித்தார்கள். பின்னர் ஒன்றாக ஷொப்பிங் செல்லவும், உணவருந்தவும் செய்தார்கள். விடுமுறை நாட்களில் ஊர் சுற்றவும் செய்தார்கள்.

பல்கலைக்கழகத்திற்குச் சமீபமாக இருக்கும் வீடுகளில் தங்கியிருக்கின்றார்கள். மாதவியுடன் இருக்கும் தாய்லாந்துப் பெண் வியாழக்கிழமையிலிருந்து இரவுநேரங்களில் குதியம்குத்தப் புறப்பட்டுவிடுவாள். வெள்ளைக்காரப்பெண் தனது ஊரான ஜீலோங் நகருக்குச் சென்றுவிடுவாள். ஞாயிறு அல்லது திங்கள் காலை வந்துவிடுவாள். அகிலனுடன் ஒரு ஆப்பிரிக்கா நாட்டவன் இருக்கின்றான். குடியும் கூத்துமாகத் திரிவான். அவனுக்கு வேறு கெட்ட பழக்கங்களும் இருந்தன. இவர்கள் ஐந்து பேரும் ஒன்றாகப் படிக்கின்றார்கள்.

மாதவியின் வீட்டிற்கு வந்தபோது அகிலனுக்கு ஆச்சரியம் காத்திருந்தது. மாதவிக்கு அன்று பிறந்த நாள். தாய்லாந்துப்பெண் ஓடியாடி அதற்கான ஆயத்தங்களில் ஈடுபட்டுக்கொண்டிருந்தாள். வெள்ளைக்காரி ஏற்கனவே ஜீலோங் போய்விட்டாள்.

“ஏன் லேற். உங்களை இண்டைக்கு வெள்ளன வரும்படியல்லவா சொல்லியிருந்தேன்! இண்டைக்கு முழுவதும் உங்களோடையே இருக்கவேணும் போல இருந்துச்சு.”

“எனக்கு உம்முடைய பிறந்தநாள் எண்டு தெரியாமல் போச்சே! மன்னித்துக் கொள்ளுங்கள்.”

‘இண்டைக்கு முழுவதும் உங்களோடையே இருக்கவேணும் போல இருந்துச்சு’ என்ற மாதவியின் வார்த்தைகள் அகிலனுக்கு வியப்பைக் கொடுத்தது. சில நாட்களாக மாதவி அவனுடன் பழகும் விதம் சற்றே மாறுபாடாக இருப்பதை உணர்ந்தான் அகிலன். இரவு நேரங்களில் கூட நீண்டநேரமாக உரையாடுவாள். கூடுதலாகப் படிப்பு சம்பந்தமாகக் கதைத்தாலும் சிலவேளைகளில் வேறு விடயங்களுக்கும் மனம் தாவிவிடுகின்றது.

கேக் வெட்டி, பிறந்தநாள் வாழ்த்துப் பாடினார்கள். ஒரு துண்டு கேக் எடுத்து மாதவிக்கு ஊட்டும்போது, எதிர்பாராதவிதமாக அகிலனின் நெற்றியில் அவள் முத்தம் பதித்தாள். தாய்லாந்துப்பெண் எல்லாவற்றையும் தன் கமராவிற்குள் பத்திரப்படுத்திக் கொண்டாள். அவளுக்கு இது ஒன்றும் புதியதல்ல. சர்வசாதாரணமாக எல்லாவற்றையும் எடுத்துவிட்டுப் போவாள். ஒரு வைன் போத்தலை உடைத்து தனக்கும் எடுத்துக்கொண்டு, இவர்கள் இருவருக்கும் நீட்டினாள் அவள். இரவு உணவை முடித்துக் கொண்டதும், “இன்றைய இரவை இருவரும் மகிழ்ச்சிகரமாக அனுபவித்துக் கொள்ளுங்கள்” எனச் சொல்லிவிட்டு தனது தொழிலுக்குக் கிழம்பிவிட்டாள் அவள்.

தாய்லாந்துப் பெண் போய் சிறிது நேரத்தில் அகிலனும் புறப்படத் தயாரானான். அப்போது எதிர்பாராத விதத்தில் மாதவி அவனைக் கட்டியணைத்தாள். மதியத்திலிருந்தே

அகிலனை ஏக்கத்துடன் எதிர்பார்த்துக் கொண்டிருந்த மாதவியின் கண்கள் போதையில் கிறங்கிப் போயிருந்தன.

"எனக்கு அப்பாவும் இல்லை. அம்மாவும் இல்லை. அண்ணன் ஒருவன் தான். அவனும் எங்கு என்றே தெரியவில்லை" சிணுங்கினாள்.

மாதவியின் பெற்றோர்கள் குண்டுவீச்சில் இறந்து போனார்கள் என்பதை ஏற்கனவே அறிந்திருந்தான் அகிலன். அதேபோல அகிலனுக்குச் சிறுவயது முதலே ஒரு காதலி இருப்பதுவும் மாதவிக்குத் தெரிந்தே இருந்தது.

மாதவியின் கண்களில் வழிந்த கண்ணீரைத் துடைத்தான் அகிலன். தான் செய்வது தவறு என்று தெரிந்தும், இதைவிட அவளைச் சமாதானம் செய்துகொள்ள வேறேதும் வழி தெரியாமல் திண்டாடினான்.

"நண்பிகளும் போய்விட்டார்கள். இன்று இரவு இங்கேயே தங்கிவிட்டு விடியற்புறம் செல்லுங்களேன். பேச்சுத்துணையாக இருக்கும்" ஏக்கத்துடன் கேட்டாள் மாதவி. அதைக் கேட்டவுடன் அப்படியே விறைத்துப் போய் நின்றான் அகிலன். அவுஸ்திரேலியா வந்து மூன்றுமாதங்களுக்குள்ளேயே மாறிவிட்டாளா மாதவி?

தனிமை கொடுமையான உணர்வுகளில் ஒன்றுதான். எத்தனையோ நாட்கள் அதன் பிடியிலிருந்து விடுபட முடியாமல் அகிலனும் தவித்திருக்கின்றான். அவனது அறை நண்பன் எத்தனையோ தடவைகள் தான் போகும் இடங்களுக்கு அகிலனையும் வரும்படி கூப்பிட்டிருக்கின்றான். ஆனால் இன்று மாதவி தன்னிடம் எதிர்பார்ப்பது என்ன? தன்னைத் திருமணம் செய்யச் சொல்கின்றாளா? அல்லது ஒருநாள் கூத்துக்கு இணங்க வைக்கின்றாளா? பலரின் முன்னிலையில் இந்த உணர்வை வெளிப்படுத்த முடியாததால் தனிமையில் இருக்கும்போது கேட்கின்றாளா? இங்கே இது சகஜமானாலும், எமது சமுதாயம் இன்னமும் இப்படியான வாழ்வை வரவேற்கவில்லைதானே!

"வைன் போத்தலை உடைத்தால் குடித்து முடித்துவிட வேண்டும் என்பாள் என் நண்பி." சொல்லியபடியே எஞ்சியிருந்த வைனை

நிரப்பிக்கொண்டு வந்து அகிலனிடம் நீட்டினாள் மாதவி. அகிலன் அவளிடமிருந்து அதை வாங்கி, வேண்டாவெறுப்பாக மடக் மடக் என்று குடித்தான்.

விடியும்போது சகலமும் முடிந்திருந்தன.

இது எப்படி நிகழ்ந்தது? இன்று தங்களைச் சேர்த்து வைத்தது என்ன? காதலா காமமா காலமா? அல்லது மாதவி தனது எதிர்காலத்துக்காகத் திட்டமிட்டே இதைச் செய்தாளா?

அகிலன் மனம் குழம்பிப் போய்விட்டான்.

வீட்டிற்குப் போனபோது அவனது ஆப்பிரிக்கநண்பன் அவனைப் பார்த்துச் சிரித்தான்.

"நன்பனே! இரவு எங்கிருந்தாய்?" கேட்டபடி, தனது மொபைல் போனைத் திறந்து, மாதவி அகிலனுக்குக் குடுத்த முத்தக் காட்சியைக் காட்டினான். தாய்லாந்துப்பெண் அகிலனின் கண் முன்னே தோன்றிச் சிரித்தாள். இன்னும் எவருக்கெல்லாம் அனுப்பி வைத்தாளோ? பல்கலைக்கழகத்தில் எத்தனையோ தமிழ் நண்பர்கள் இருக்கின்றார்களே!

O

வேகமாக நடந்தாள் கிருஷ்ணவேணி. அவளைக் கடந்து சென்றவர்கள், அவளின் நடையைப் பார்த்து அதிசயித்து ஒன்றும் கேட்காமல் திரும்பித் திரும்பிப் பார்த்தபடி சென்றார்கள். அவளது வீடு வந்தது. அந்நியமாக அது தோன்ற, அதனைக் கடந்து சென்ற அவள் அகிலனின் வீட்டுப் படலையைத் திறந்தாள்.

"அட மருமகப் பெண்ணே! என்ன வந்ததும் வராததுமாக கோபத்தோடை இருக்கின்றாய்? வேலைக்கு இண்டைக்குப் போகேல்லையா?" முற்றத்தில் நின்று அரிசி பிடைத்துக்கொண்டிருந்த அகிலனின் தாயார், அதை ஒருபுறம் வைத்துவிட்டு இடுப்பில் சேலையைச் சொருகியவாறே கேட்டார்.

பதில் ஒன்றும் சொல்லாது நெஞ்சை நிமிர்த்தி கோபத்துடன் மாமியாரைப் பார்த்தாள் கிருஷ்ணவேணி. அவளின்

கண்கள் பொங்கல் பானை போல முட்டி இமைகளில் விளிம்பு கட்டியிருந்தன. நெற்றியில் இருந்த பொட்டைத் தன் புறங்கையால் அழித்தாள். அது மின்னலைப் போல இடைவெட்டி திருநீற்றுக்குறிக்குள் மறைந்தது. கூந்தலில் சூடியிருந்த மல்லிகைப்பூவை அவிழ்த்துக் கீழே தள்ளிவிட, அவர்கள் வீட்டு நாய் அதைக்கொண்டு வளவு முழுக்க ஓடியது. தன் பாதணிகளைக் கழற்றிக் கீழே போட்டுவிட்டு, திண்ணையிலே இருந்த அகிலனின் பாட்டிக்குப் பக்கத்திலே போய் இருந்தாள். பாட்டி கண்ணை இடுக்கி அவளைப் பார்த்துவிட்டு, பாக்குரலை இடித்தவாறு இருமத் தொடங்கினாள்.

'கொல்... கொல்... கொல்...' இடைவிடாத இருமல் பாட்டிக்குப் பரலோகம் சமீபத்தில் என்று சொல்லியது.

கிருஷ்ணவேணிக்கு பாட்டியின் தொடர் இருமல் 'கொல்' 'கொல்' என்று கேட்டது. கோபம் தலைக்கேற உதடுகள் துடித்தன. "முதலிலை உன்ரை பேரனைப் போய்க் கொல்" என்றாள். பாட்டி கொடுப்பிற்குள் சிரித்தாள்.

படலை வரை வந்த இந்திரா, கிருஷ்ணவேணியின் தலைவிரி தவக்கோலத்தைக் கண்டு அஞ்சினாள். அவளின் ஹாண்ட்பாக்கை அகிலனின் தாயாரிடம் நீட்டியபடி, நடந்தவற்றைச் சொன்னாள். அந்தத் திகைப்பூட்டும் செய்தியை அகிலனின் தாயார் சர்வசாதாரணமாக எடுத்துக் கொண்டார். இந்திராவுக்கு எல்லாம் புரிந்துவிட்டது. அகிலனதும் கிருஷ்ணவேணியினதும் களவு ஒழுக்கத்தின் சாட்சியாக சிறுவயது முதல் இருந்த அவளின் மனசாட்சி உறுத்தியது.

"அப்ப இண்டைக்கு மருமகப்பிள்ள தன்ரை வீட்டுக்குப் போகமாட்டாள் போல" அகிலனின் தாயார் இந்திராவுக்குச் சொன்னார்.

'அகிலனை அவளின் முன்னாலே கொண்டு வந்து நிறுத்தும்வரை அவள் இனி அந்த இடத்தைவிட்டு நகரமாட்டாள்' என்பதை இந்திரா புரிந்து கொண்டாள். 'அகிலனின் புகைப்படங்கள் வந்த வழியாக, இனி சதுரங்கக்காய்களை நகர்த்திப் பார்க்க வேண்டும்' எண்ணியவாறு தனது வீடு நோக்கி நடந்தாள்.

மதியமும் மாலையும் விரைந்து வந்து போயின. இடையிடையே கிருஷ்ணவேணியின் தாயார் வந்து அவளை வீட்டுக்கு வரும்படியும் உணவருந்தும்படியும் கெஞ்சினார். கிருஷ்ணவேணி தாயாரை முழுசிப் பார்த்துவிட்டு அந்தவிடத்தை விட்டு நகர மறுத்தாள். சாப்பாடும் இல்லை, தண்ணி வெந்நீரும் இல்லை. பாட்டிக்குச் சாப்பாடு குடுக்கும்போது, கிருஷ்ணவேணியையும் உணவருந்தும்படி அகிலனின் தாயார் கேட்டார். அவள் மறுத்துவிட்டாள்.

ஆடாமல் அசையாமல் ஒரு மனிதரால் எவ்வளவு நேரம் இருந்துகொள்ள முடியும்? கிருஷ்ணவேணி ரோஷக்காரி. அவள் மனதில் பலவித குழப்பங்கள் அலைமோதுகின்றன.

தனது இளமைக்காலத்தை நினைத்துப் பார்த்தாள். அகிலன் பல்கலைக்கழகம் செல்லும்வரையும் இருவரும் ஒருநாளும் பிரிந்ததில்லை. அவன் பல்கலைக்கழகம் சென்றபோது அவள் பத்தாம்வகுப்புப் படித்தாள். நான்குவருடங்கள் பிரிவைத் தாங்கமாட்டாமல் துடித்துப் பதைத்தாள். அகிலன் இருக்கும்வரை கிட்டவும் அண்டாதவர்கள், அவன் போனபின்னர் பின்னும் முன்னும் துரத்தினார்கள். அவளின் ஒரு பார்வை எல்லாரையும் ஓட விரட்டியது. அப்புறம் பாடசாலைக்கு ஒரு புதிய ஆசிரியர்---கந்தசாமி மாஸ்டர்---சயன்ஸ் படிப்பிக்கவென வந்தார். கூடவே துருதுருவென்ற இயல்புடைய அவருடைய மகன் இளங்கோவும் வந்து சேர்ந்தான். வகுப்பில் எப்போதும் கிருஷ்ணவேணியையே முழுசிப் பார்த்தபடி இருந்தான். அவள் எதையும் கண்டுகொள்ளாததால் அவள்மீது றொக்கற்றுகள் ஏவினான். படிப்பிலும் கெட்டிக்காரன். அவன் அவளுக்கு எத்தனையோ தொல்லைகளைக் கொடுத்தபோதும், கிருஷ்ணவேணி அவனைக் கணக்கெடுக்கவில்லை, அசரவில்லை. அவளுக்கென்றொரு ஒருவன் இருக்கின்றான் எனத் தெரிந்தும் அடிமேல் அடி அடித்தான் இளங்கோ. அம்மி நகரவில்லை. இம்மியளவும் இடம் குடுக்கக்கூடாது என்பதில் உறுதியாக இருந்தாள் கிருஷ்ணவேணி. ஒரு நல்ல மாணவன், படிப்பில் அக்கறை கொள்ளாமல் வீணாகத் தன் எதிர்காலத்தை வீணடிக்கின்றானே என பாடசாலையில் எல்லாரும் கவலை கொண்டார்கள். கடைசியில்?

மாலைக்கருக்கலாகி விட்டது. அகிலனின் தந்தையார் வேலை முடித்து வீடு வந்து சேர்ந்தார். கிருஷ்ணவேணியின் நிலை கண்டு, நடந்ததைப் புரிந்துகொண்டார். வீட்டுக்குள் சென்றதும், நாலு சுவர்களுக்குள் கிசுகிசுவென்ற பேச்சுக்குரல் எழுந்தது. அதன் பின்பு, வீட்டில் எவருமே கவலையற்று தமது அன்றாட காரியங்களில் ஈடுபட்டுக்கொண்டிருந்தார்கள்.

விளக்கு வைக்கும் நேரத்தில் கிருஷ்ணவேணியின் தாயாருடன் தந்தையும் கூட வந்தார். தந்தையார் கெஞ்சி மன்றாடிப் பார்த்தார். அவருடைய குரலும் எடுபடவில்லை. அகிலனின் பெற்றோர் அவர்களை உள்ளே வரும்படி கேட்டுக் கொண்டார்கள். உள்ளே நடந்த உரையாடல் ஒரு வட்டமேசை மாநாடு போல பிசுபிசுத்தது. சுருதி பிசகி உரப்பாக மாறியது. ஆவேசம் வந்து வெளியே வந்த கிருஷ்ணவேணியின் தந்தை, சத்தமிட்டபடியே பாய்ந்து பாய்ந்து தன்வீடு நோக்கிச் சென்றார். அவர் குரலில் அம்மணம் தெறித்தது. தாயார் அவரைக் கூப்பிட்டபடியே பின்னாலே இழுபட்டுக்கொண்டு போனார். இந்தத் தடவை தாயார் கிருஷ்ணவேணியைத் திரும்பிக்கூடப் பார்க்கவில்லை. வாற நேரம் வரட்டும் என்று விட்டுவிட்டார்.

வீட்டு வளவுக்குள் இருந்த வேப்பமரத்தில் ஆந்தை அலற, பாட்டி இருப்பில் இருந்து எழுந்துகொண்டார். தனது வைப்புச்செப்புகளையும் தூக்கிக்கொண்டு படுக்கைக்கு ஆயத்தமானார்.

“எடி பிள்ளை... அப்ப என்ன வீட்டை போகேல்லையோ?”

“இல்லை...”

“அப்ப என்ன செய்யப் போறாய்?”

“இஞ்சையே இருக்கப் போறன்.”

பாட்டி அவளையே திரும்பித் திரும்பிப் பார்த்தபடி வீட்டிற்குள் நடை பயின்றார்.

“ஏய்... கிழவி! என்னை என்னையே பாத்துப் பாத்து விழப் போறாய். நேரை பாத்துப் போ!”

முற்றத்து மாமரங்களின் சில கொப்புகள், காற்றின் அசைவுக்கேற்ப அவளுக்கு அண்மித்து வந்து கண்ணாமூச்சி காட்டுகின்றன. குளிர் காற்று மெல்ல வீச கிருஷ்ணவேணியின் உடல் நடுங்கத்தொடங்கியது. இருள் எங்கும் வியாபித்து பயம் காட்டியது. பாட்டி போய் சிறிது நேரத்தில் அகிலனின் தாயார் வெளியே வந்தார்.

“மகளே! வா... வீட்டிற்குள்.”

“மகளா? மருமகளா?”

“சரி! வா உள்ளுக்கை...”

உள்ளே போய் கதிரையில் அமர்ந்தாள் கிருஷ்ணவேணி. ஒரு கோப்பைக்குள் சோறு கறி பிசைந்து எடுத்து வந்தார் அகிலனின் தாயார். ஏதோ சொல்வதற்காக வாய் எடுத்தார். பின்னர் கிருஷ்ணவேணிக்கு அதை ஊட்டிவிட்டார்.

“ஏன் எனக்கென்ன கை கால் விழங்காமல் இருக்கிறேனோ? தாருங்கோ... நானே சாப்பிடுவன்” தட்டைப் பறித்து விறுவிறெண்டு அடங்காப் பசியுடன் சாப்பிட்டாள். சாப்பிட்டு முடிய தண்ணீர்க்குவளையை நீட்டினார் தாயார். அதை வாங்கி தாகம் தீர மடக் மடக்கென்று குடித்தாள்.

“எது அகிலன்ரை அறை?” நீரைப் பருகியவாறே கேட்டாள் கிருஷ்ணவேணி.

தாயார் பாதி நீட்டியும் நீட்டாமலுமாக எதிர்த்திசையில் இருந்த அறையைக் காட்டினார். அறைக்குள் போய் அகிலனின் கட்டிலில் விழுந்த கிருஷ்ணவேணிக்கு அழ வேண்டும் போல் இருந்தது. புதியதொரு உலகத்தில் தனித்துவிடப்பட்டவள் போல் உணர்ந்தாள். சிறிது நேரம் கண்ணை மூடியிருப்பாள், அறைக்கதவை லேசாகத் திறந்துகொண்டு அகிலனின் தாயார் எட்டிப் பார்த்தார். வெளியேயிருந்து வந்த வெளிச்சத்தில், அவர் கையில் ஒரு சீலைப்பை தொங்கிக் கொண்டிருப்பதை கிருஷ்ணவேணி அவதானித்தாள்.

“பிள்ளை... உடுப்புகளை மாத்திப்போட்டுப் படு.”

கிருஷ்ணவேணி நிமிர்ந்து அவரை வியப்புடன் பார்த்தாள்.

"நானும் அவருமா உங்கடை வீட்டை போய் இதுகளை எடுத்து வந்தோம்."

அவர்கள் வைத்துவிட்டுப் போனபின்னர் கிருஷ்ணவேணி ஆடைகளை மாற்றிக்கொண்டாள். மறுநாள் வேலைக்குப் போவதற்காக அலாரம் வைத்தாள். அப்படியே படுக்கையில் சரிந்துகொண்டாள். தலையணையில் அகிலனின் வாசம் வீசியது. யுகம்யுகமாகக் கைகோர்த்து, அவனுடன் அன்பில் திளைத்து வாழ்ந்த காலங்கள் மறுபடியும் மறுபடியும் வந்து அவளைத் துன்புறுத்தின. இப்படியெல்லாம் வாழ்வின் பாதை தடம் மாறிப் போகுமென அவள் ஒருபோதும் நினைத்துப் பார்க்கவில்லை. இருவராக உறங்கவேண்டிய மலர்மஞ்சம் நெருஞ்சி முட்களாகக் குத்த விம்மல் வந்தது. கண்கள் ஈரமாகின. அந்தக் காலப்பெருவெளிக்குள் சுழியாக இளங்கோ முகம் காட்டினான். தன்னையே நினைத்து, உருகி உருகி, நிழல்போல் துரத்தி, பின்னர் சுருக்கிட்டுத் தற்கொலை செய்துகொண்ட இளங்கோவை நினைக்க முதன்முறையாக அவள் கண்களில் கண்ணீர் வந்தது. பின் தாரையாக வடிந்து கன்னத்தை நனைத்தது. வாழ்நாளில் ஒருபோதுமே முக்கியத்துவம் கொடுக்காத, நினைத்துப்பாராத அந்த நிகழ்வு இப்பொழுது வந்து அவளைப் பிரட்டிப் போட்டது.

அலாரம் அடிக்கும்போது தான் அதுவரையும் உறக்கத்திற்குப் போகவில்லை என்பதை உணர்ந்துகொண்டாள். வேலைக்குப் போவதற்கான ஆயத்தத்தைத் தொடங்கினாள்.

○

எதிரொலி பத்திரிகை (அவுஸ்திரேலியா, மார்கழி 2020)

இருவாட்சி இலக்கியத் துறைமுகம், பொங்கல் சிறப்பிதழ், 2022.

ஏன்?

நியூசிலாந்திற்குப் புதிதாக வந்த நேரம். ஒக்லாந்தில் மெடோபாங் என்னுமிடத்தில் இருந்தோம். குளிர் காலம். எங்குமே பனிப்புகாரும் மழைத்தூறலுமாக இயற்கை. வெய்யில் தெறிக்கும் போதெல்லாம் வீதியிலே பொற்காசுகள் கொட்டிக் கிடப்பது போல் மினுங்கி மினுங்கி மயக்கும். வேலை வில்லட்டியில்லாமல், சென்ரர்லிங் தந்த காசை செலவழித்துக்கொண்டு, வேலைகளுக்கு மனுப் போடுவதும், புதிதாக 'எதைப் படிக்கலாம்' என ஆராய்ச்சியில் ஈடுபடுவதுமாகப் பொழுதுகள் கரைந்தன.

காலை உணவருந்திவிட்டு, பிள்ளைகளை பிறாமிற்குள் தள்ளிக்கொண்டு அருகே உள்ள பூங்காவில் சந்திப்போம். குளிருக்கு உடுப்பு மாத்துவது என்பது ஒரு ஓரங்க நாடகம். பூங்காவில் குறைஞ்சது ஒவ்வொருநாளும் ஆறேழு குடும்பத்தினரைச் சந்திக்கலாம். சூரியன் மதியம் என்று சொல்லும் வரைக்கும் பலதும் பத்தும் கதைப்போம். பிள்ளைகள் ஊஞ்சல் சறுக்கீஸ் என்று விளையாடுவார்கள். மகிழ்ச்சியான பொழுதுகள்.

அங்கேதான் முதன்முதலில் முரளிதரன் குடும்பத்தினரையும் சந்தித்தோம். அவர்களின் மகனும், எங்களின் மகனும் அங்கே

ஒன்றாய் விளையாடுவார்கள். ஜனனி---முரளியின் மனைவி--- அப்போது கர்ப்பிணி. ஏழு மாதங்கள் எனச் சொன்ன ஞாபகம். அவர்கள் வெலிங்டன் என்னுமிடத்தில் இரண்டு வருடங்கள் இருந்துவிட்டு, முரளிதரனுக்கு அங்கு வேலை கிடைக்காததால் ஒக்லாந்திற்கு வந்திருந்தார்கள். ஜனனி ஏதோ ஒரு ஐ.ரி கொம்பனியில் பகுதி நேர வேலை செய்ததாகச் சொன்னாள். எனது மனைவிக்கு ஜனனியை மிகவும் பிடித்துப் போனது. அப்புறம் தினமும் அவர்களுடன் சந்திப்பு, போதாக்குறைக்கு தொலைபேசி உரையாடல்கள். சனி ஞாயிற்றுக்கிழமைகளில் சுற்றுலாக்கள், விருந்துபசாரங்கள்.

ஜனனி குழந்தை பெறுவதற்காக கிறீன்லேன் என்னுமிடத்திலுள்ள வைத்தியசாலைக்குச் சென்றிருந்தாள். அப்போது உச்சக்கட்ட குளிர்காலம் என்பதால் சிறிது நேரம் அவர்களுடன் நின்றுவிட்டுத் திரும்பிவிட்டோம். முரளி மகனையும் வைத்துக் கொண்டு வைத்தியசாலையில் தங்கிவிட்டான். முரளி தனது அம்மா வெலிங்டனில் தனது தங்கையுடன் இருப்பதாகவும், இன்னும் சில தினங்களில் ஒக்லாந்து வந்துவிடுவார் எனவும் சொன்னான்.

இரவு பத்துமணி இருக்கும். தொலைபேசி அடித்தது.

“அழகான ஒரு பெண்குழந்தை. ஜனனி கொஞ்சம் கஸ்டப் பட்டுவிட்டாள். ஜனனியையும் குழந்தையையும் ஐ.சி.யு வில் வைத்திருக்கின்றார்கள். நீங்கள் ஆறுதலாக வந்து பாருங்கள்” முரளி கவலையுடன் சொன்னான். நாங்கள் அன்று இரவு முழுவதும் அவர்களைப் பற்றிக் கதைத்து நினைவுகளை மீட்டிக் கொண்டோம்.

அதன்பின்னர் பல தடவைகள் தொலைபேசியில் தொடர்புகொள்ள முயற்சித்தும், முரளி தொலைபேசியை எடுக்கவில்லை. அவர்களைப் போய்ப் பார்ப்போம் என நச்சரித்தபடி மனைவி இருந்தாள். மூன்றாம் நாள் காலை. முரளி வீட்டிற்கு வந்திருந்தான்.

“இன்னும் மூண்டு நாட்கள், ஜனனியும் பிள்ளையும் ஐ.சி.யு.வில் இருக்கவேண்டி வரும்போல கிடக்கு. வீட்டிற்கு வந்தாப்பிறகு

ஆறுதலாகப் பாக்க வாங்கோ” சொல்லிவிட்டு அவசரமாகக் கிழம்பிவிட்டான்.

எந்த ஒரு சிறு விடயமானாலும் முரளி எம்முடன் கலந்தாலோசித்துத்தான் செய்வான். பல்கலைக்கழகம் போகும்போது கூட ஒருநாள் இரவு முழுவதும் எதைப் படிப்பது என்று கலந்தாலோசித்தான். அப்படிப்பட்ட முரளி தன் குழந்தையின் பிறப்பை ஏன் ஒளிக்க வேண்டும்? பெண் குழந்தைகள் விடயத்தில் ஆசியநாட்டவர்கள் கூடிய கரிசனம் கொள்வது இயல்புதான். சிலவேளைகளில் ஏதாவது வருத்தங்களுடன் பிறந்து பின்னர் அதுவே அவர்களின் திருமண விடயங்களில் தடங்கல்களாக இருந்துவிடுவதுண்டு.

“ஒருத்தர் வரவேண்டாம் எண்டு திருப்பித் திருப்பி சொன்னாப்பிறகும் போறது சரியில்லை” என்றேன் நான்.

“எங்களுக்குக் கரைச்சல் தரக்கூடாது எண்டும் அவை நினைச்சிருக்கலாம் இல்லையா? நீங்கள் மாத்திரமாவது போய் வாருங்கள்” தொடர்ந்தும் மனைவி வற்புறுத்தவே, பார்வையாளர் நேரத்தில் வைத்தியசாலைக்குப் புறப்பட்டேன்.

வைத்தியசாலை நிர்வாகத்தினரிடம் ஜனனி இருக்கும் உவார்ட் இலக்கத்தைப் பெற்றுக் கொண்டு, அவர்கள் இருக்கும் இடத்தைத் தேடிப் புறப்பட்டேன். ஐ.சி.யு வில் *(ICU)* அவர்கள் ஒருபோதும் இருந்ததில்லை என நிர்வாகத்தினர் சொன்னார்கள். அவர்களின் அறையில் இரண்டு கட்டில்கள் போடப்பட்டு இருந்தன. அறையின் முகப்பில் போட்டிருந்த இரண்டு பெயர்களில் ஜனனியின் பெயர் இருந்தது. கதவு மெல்லத் திறந்து இருந்தது. முரளியைக் காணவில்லை. ஜனனி கடும் உறக்கத்தில் இருந்தாள். அவளை எழுப்பலாமா? அருகே தொட்டிலில் குழந்தை விளையாடும் சத்தம் கேட்டது. குழந்தையைப் பார்த்தேன். அதிர்ச்சியுற்றேன். வெள்ளை வெளேரென்ற உடல். தலைமுடி பழுப்பு நிறத்தில் சுருண்டு கிடந்தது. கண்கள் பூனையின் கண்கள் போலப் பளிங்கு காட்டின.

வந்த சுவடு தெரியாமல் திரும்பி, அவசர அவசரமாக வைத்தியசாலையின் நுழைவாயில் வரை சென்றேன். அங்கேயே

காத்திருந்தேன். பத்து நிமிடங்கள் கழிந்திருக்கலாம். முரளி ஒரு ஷொப்பிங் பாக்கை ஆட்டியபடி வந்துகொண்டிருந்தான். என்னைக் கண்டதும் அதிர்ச்சியுற்றான்.

"என்ன கன நேரமா நிக்கிறாய் போல.... இன்னும் இரண்டு பேரும் ஐ.சி.யுவிலைதான். ஜனனிக்கும் கர்ப்பப்பையை எடுத்துவிட்டார்கள். அனேகமா இன்னும் இரண்டுநாளிலை விட்டுவிடுவினம்." அவன் எதையோ மறைக்கின்றான் என்பதைப் புரிந்துகொண்டேன். சிறிது நேரம் கதைத்தோம். "ஏதாவது உதவி தேவை என்றால் கேள்" சொல்லிவிட்டு விடைபெற்றுக் கொண்டேன். வீட்டிற்கு வந்ததும் மனைவிக்கு ஒன்றும் சொல்லவில்லை. முரளி சொன்னதை அப்படியே திருப்பி அவளிற்குச் சொல்லிக் கொண்டேன்.

இரண்டுநாட்கள் கழிந்த நிலையில், முரளி அவசர அவசரமாக வீட்டிற்கு வந்திருந்தான். வெலிங்டனில் இருந்து வந்த அவனது அம்மாவும் கூடவே வந்திருந்தார்.

"நண்பா! குழந்தை படுக்கையில் உறங்கிக் கொண்டிருக்கும்போதே இறந்துவிட்டாள்" முரளியின் கண்களிலிருந்து கண்ணீர் பொலபொலவென்று உதிர்ந்தது.

"எப்படி?"

"டொக்ரஸ் *cot death* எண்டு சொல்லுகின்றார்கள். வெலிங்டனிலை நிறையச் சொந்தக்காரர்கள் இருக்கிறதாலை செத்தவீட்டை நாங்கள் அங்கை செய்ய யோசிக்கிறம். அம்மாவும் அதைத்தான் விரும்புகின்றார்" பதட்டத்துடன் சொன்னான் முரளி.

"நீர் எனக்கொரு உதவி செய்யவேணும். நாங்கள் வரும்வரைக்கும் வீட்டைப் பார்த்துக் கொள்ள வேணும். நண்பர்களுக்கும் சொல்லிவிடு" வீட்டுத்திறப்பை என்னிடம் நீட்டினான். போய் விட்டான். மனைவி தேநீர் போட்டுக்கொண்டு வரும்போது முரளியும் அம்மாவும் அங்கிருக்கவில்லை.

இருவாரங்களின் பின்னர் முரளியும் ஜனனியும் ஓக்லாந்து திரும்பினார்கள். மகன் வரவில்லை. அவர்களிடையேயான கலகலப்பும் பேச்சுவார்த்தையும் குறைந்திருந்தன. ஜனனி

இரண்டுநாட்களின் பின்னர் வெலிங்டன் திருப்பிவிட்டாள். முரளி தன் படிப்பைக் குழப்பிவிட்டு, மேலும் இருவாரங்கள் கழித்து வெலிங்டன் போய்விட்டான். வாடகை வீடு என்பதால் அதை ஒப்படைப்பதில் பிரச்சினை இருக்கவில்லை. போவதற்கு முதல்நாள் வீட்டிற்கு வந்து, எங்களுக்கு நன்றி சொல்லிவிட்டுப் போனான்.

அதன் பின்னர் எங்களுடன் இருந்த தொடர்பைக் குறைத்துக் கொண்டார்கள். எப்போதாவது முரளி தொலைபேசியில் கதைத்துக் கொள்வான். ஜனனி அதுவும் இல்லை. அவர்கள் இருவருக்குமிடையே விரிசல் விழுந்தது போல இருந்தது. நாங்களும் ஒவ்வொருவராக வேலை எடுத்துக் கொண்டு வெவ்வேறு திசைகளில் பயணித்தோம்.

வருடத்தில் ஒருமுறை கதைப்பதே அபூர்வம் என்றாகிவிட்ட நிலையில், திடீரென ஒருநாள் முரளி தொலைபேசியில் அழைத்தான்.

"என்ன விஷேசம்? இண்டைக்கு புதன்கிழமை எடுக்கின்றாய்?"

"இரு... இரு... சொல்லுறன். அவசரப்படாதை. நாங்கள் ஒரு பெண் குழந்தையைத் தத்து எடுத்து வளர்க்கின்றோம். மகன் தனக்கொரு தங்கை வேண்டும் என்று ஆசைப்பட்டான்."

"ஓ... நல்ல விஷயமாயிற்றே!!" என்றேன் நான்.

"இன்னுமொன்று... என்னுடைய மகன் ஒரு பெரிய விஷயம் செய்ய வெளிக்கிட்டிருக்கிறான். எங்கடை ஃபமிலி றீ பற்றி ஒரு புறயெற் செய்யுறான். என்னுடையதும் மனைவியினதும் இரண்டாவது பரம்பரைக்கு அங்காலை நகரமாட்டேன் எண்டு சொல்லுது. சில பெயர்கள் தெரியுது. சிலதுகளைப் பிடிக்கேலாமல் கிடக்கு... முந்தியொருக்கா உன்னுடைய மாமா, ஜனனியின்ரை அம்மம்மாவின்ரை சொந்தக்காரர்களைத் தனக்குத் தெரியும் எண்டு சொன்னவராம். அவரிட்டைக் கேட்டால் அம்மம்மாவின்ரை பரம்பரையைப் பற்றி அறிஞ்சு கொள்ளலாம் எண்டு ஜனனி நினைக்கிறாள்..." சொல்லிக்கொண்டே போனான் முரளி.

மாமனாரிடம் தொலைபேசியைக் கொடுத்தேன். ஜனனியும் மாமாவும் நெடுநேரம் கதைத்துக் கொண்டிருந்தார்கள். அதன் பின்னர் ரெலிபோன் என் மனைவியின் கைகளுக்கு மாறியது. ஜனனியும் என் மனைவியும் நெடுநேரம் கதைத்தபடி இருந்தார்கள். எனது மனைவியின் சிரிப்பொலியும் உற்சாகமும் இரவு நேரத்தையும் மீறிக் கரைபுரண்டோடியது. அந்த நேரம் பார்த்து மாமா என்னிடம் வந்தார்.

"முரளியும் ஜனனியும் இப்போது சந்தோஷமாக இருக்கினம் போலத் தெரியுது!" பீடிகை போட்டார் மாமா.

"ஓம்... ஓம். ஒரு கொஞ்சக் காலம்தான் அவர்களுக்கிடையே ஏதோ பிரச்சினை இருந்திருக்க வேணும். இப்பெல்லாம் சரி."

"ஒரு விஷயம் தம்பி... இரகசியமாக வைச்சிருக்க வேணும். மனிசிக்கும் சொல்லிப் போடாதையும். அவள் கொஞ்சம் உளறுவாய்.

ஜனனியின்ரை அம்மம்மா எங்கடை அயல் ஊரைச் சேர்ந்தவர். பறங்கி பமிலி. அம்மம்மாவின்ரை அடியிலை ஒரு பறங்கிக் கலப்பு இருக்க வேணும். எப்போதோ வந்த பறங்கியள் நாட்டிலை எல்லாத்தையும் விதைச்சுப் போட்டுப் போட்டான்கள். அவவின்ரை இரண்டு தம்பிமார் நான் படிச்ச பள்ளிக்கூடத்திலைதான் படிச்சவங்கள். எனக்கு மேல் வகுப்பு. இரண்டு பேருமே அசல் பறங்கியள் மாதிரி... பூனைக் கண்ணன்கள்."

"இதை நீங்கள் ஜனனியிட்டைச் சொன்னனியளா?" வியப்புடன் நான்.

"எனக்கென்ன விசரே தம்பி... உதுகளைப் பற்றிச் சொல்ல! விடுத்து விடுத்து ஜனனி கேட்டதைப் பாத்தா, அவளுக்கும் இது பற்றிக் கொஞ்சம் தெரிஞ்சிருக்கு எண்டுதான் நினைக்கிறன். அவள் எனக்குத் தெரிந்திருக்கின்றதா என உரசிப் பாத்தவள்."

அன்றொருநாள் நான் கண்ட அந்தக் காட்சி என் மனதைக் குடைந்தது. தொட்டிலில் கிடந்த அந்தக் குழந்தை, என்

மனதில் ஊஞ்சல் கட்டி குறுக்கும் மறுக்கும் ஆடினாள். எத்தனையோ நூற்றாண்டுகளுக்கு முன்னர் நடந்த சம்பவங்களின் எச்சங்கள் இப்படி யுகம் யுகமாகக் கடத்தப்படுமா? விழுந்து விழுந்து தனது அடிவேரைத் தேட முயற்சிக்கும் ஜனனிக்கு, அந்த அடி வேரை ஒரு புழு அரித்திருக்கின்றது என்பது தெரிந்துதான் இருக்கின்றதா? முரளிக்கும் ஜனனிக்கும் இது தெரிந்ததன் பின்னர்தான் அவர்களுக்கிடையேயான புரிதல்கள் நெருக்கமாக்கப்பட்டிருக்க வேண்டும்.

மனைவிக்கு இத்தனை வருடங்களாக நான் அதை மறைத்துவிட்ட குற்றவுணர்வில் அன்று முழுவதும் தூக்கம் வர மறுத்தது.

எனது மாமாவும் இறந்து சில வருடங்களாகிவிட்டன. இன்று முரளி குடும்பத்தவர்கள் விடுமுறைக்காக ஒக்லாந்து வருகின்றார்கள். எங்கள் வீட்டில்தான் தங்கப் போகின்றார்கள். ஒரே மகிழ்ச்சியாக இருந்தது. எயாப்போட்டிற்கு நாங்கள் இரண்டு கார்களில் போயிருந்தோம். இன்னும் சில நிமிடங்களில் அவர்கள் வந்துவிடுவார்கள். ஆவலுடன் மகனும் காத்துக் கொண்டு நின்றான்.

பொதிகளைத் தள்ளிக் கொண்டு வருகின்றார்கள். முரளியும் ஜனனியும் எங்களைக் கண்டு கொண்டார்கள். அவர்களின் மூத்த மகனுக்கும் அரும்பு மீசை துளிர் விட்டிருந்தது. அவர்களின் பின்னால் ஒரு வெள்ளையினத்துச் சிறுமி விரைந்து வருகின்றாள்.

“என்னப்பா.... பிள்ளை ஒண்டு தத்தெடுத்து வளக்கினம் எண்டு சொல்லிச்சினம். ஆனா வெள்ளைக்காரப்பிள்ளை எண்டு சொல்லேல்லையே!” மனைவி என் காதிற்குள் கிசுகிசுத்தாள். நான் அவளது கையைப் பிடித்து அழுத்தினேன். மகனிற்கும் அது ஆச்சரியமாகத்தான் இருந்திருக்கும்.

இரவு நானும் முரளியும் சிறிது வைன் அருந்தியபடி முற்றத்தில் இருந்து கதைத்துக் கொண்டிருந்தோம். மனைவியும் ஜனனியும் குசினிக்குள். பிள்ளைகள் ‘பிளே ஸ்ரேசன்’ விளையாடிக் கொண்டிருந்தார்கள்.

"நண்பா... எனது இரண்டாவது பெண் குழந்தைபற்றி என்ன நினைக்கின்றாய்?" திடீரென முரளி கேட்டான். நான் மௌனமாக இருந்தேன்.

"அவள் உண்மையில் எங்கள் குழந்தைதான்."

இத்தனை வருடங்கள் கழிந்தும், என்னைத் தன் நண்பனாகவே வைத்திருக்கும் முரளி என் கண்முன்னே சிகரம் போல் உயர்ந்து நிற்கின்றான். எனக்கு எப்போதோ தெரிந்திருந்தும் நான் அதனைக் காட்டிக் கொள்ளாமல் ஒடுங்கிப் போய் இருந்தேன்.

"நம் இனத்தில் எத்தனையோ பெண்கள் சிங்களக் காடையர்களுக்கும், இராணுவத்தினர்களுக்கும் பலியாகிப் போய்விட்டார்கள். ஏன், நூற்றாண்டு காலங்களுக்கு முன்னர் வந்த ஐரோப்பியர்களும் இதைத்தானே செய்தார்கள். உலகம் முழுவதும் இப்படியான செயல்கள் மலிந்தே இருக்கின்றன. எதுவும் நம் கையில் இல்லை.

இவை எல்லாம் தெரிந்திருந்தும், நமது சமுதாயம் இப்படிப் பாதிக்கப்பட்டவர்களைப் பார்க்கும் பார்வை எவ்வளவு கேவலமாக இருக்கிறது. சில உண்மைகள் உறங்கிக் கிடப்பதுதான் எமக்கு நல்லது." முரளி சொல்லிக்கொண்டே போனான். நான் அவனது முகத்தைப் பார்த்தபடி இருந்தேன்.

O

செம்மலர் (சித்திரை/வைகாசி/ஆனி 2020)

தலைமுறை தாண்டிய தரிசனங்கள்

பல்கலைக்கழகத்தின் கிழக்குப்புறப் படிக்கட்டுகளின் ஒரு அந்தத்தில், புத்தகங்களைப் பரப்பியபடி காத்திருந்தாள் கரோலின். கரோலின் அவுஸ்திரேலியா நாட்டு வெள்ளை இனத்துப் பெண். மருத்துவம் பயில்வதில் மூன்றாம் ஆண்டில் இருந்தாள்.

அடோனி அவளைக் கடந்து போகும் தருணங்களில் தன் வசம் இழந்து விடுவாள். புத்தகத்தைச் சற்றுக் கீழ் இறக்கி, மாரளவில் பிடித்துக்கொண்டு, கடைக்கண்ணால் ஒருதடவை அவனைப் பார்ப்பாள். ‘ஏதாவது கதையேன்’ என்பது போன்று அந்தப் பார்வை இருக்கும். அடோனி ஒரு அபொறியினல், திருடப்பட்ட தலைமுறையைச் சார்ந்தவன். மேற்கு அவுஸ்திரேலியாவில் இருந்து படிப்பதற்காக மெல்பேர்ண் வந்திருந்தான்.

இப்படித்தான், அன்று அடோனி அவளைக் கடந்து செல்கையில், திடீரென கரோலின் தன் இருப்பை விட்டு எழுந்து நின்று புன்னகைத்தாள். எத்தனை நாள்தான் கடைக்கண்ணால் வெட்டுவது? அடோனி பயந்தே போய்விட்டான். பளிங்குக்கண்கள், மெல்லிய கீற்றுப் போன்ற புருவங்கள், கூரிய நாசி, காற்றிலாடும் பறவையின் மெல்லிய பொன்நிற இறகுகளாகக் கூந்தல், பரிதிவட்டம் போன்றதொரு

ஓலைத்தொப்பி. ஏதோ ஒரு பெயர் தெரியாத சென்றின் நறுமணம் ஒன்று அவளிடமிருந்து பிரிந்து வந்து அவனைச் சூழ்ந்து கொண்டது. இவை எல்லாமுமாகச் சேர்ந்து அவனைப் பொறி போல அப்பிக் கொண்டது. அதுவே அவர்களின் மூச்சு முட்டும் தூரத்திற்குள்ளான முதல் அறிமுகம்.

“ஹலோ” பட்டெனப் பேசும் ஆசாமி கரோலின். அப்பாவி என எழுதி ஒட்டியிருக்கும் தன் அகன்ற விழிகளால் அடோனி அவளை முழுசிப் பார்த்தான். போய்விட்டான்.

பூர்வீகக்குடிகளும், அவர்களுக்குப் பிறந்த கலப்பினத்தவரும் படிப்பதற்கு வருவதே குறைவு. அடோனி மருத்துவம் படிக்க வந்தது பலருக்கும் ஆச்சரியத்தைத் தந்தது. அவுஸ்திரேலியாவில் பூர்வீகக்குடிகளின் உடல் ஆரோக்கியம் ஏனையவர்களைக் காட்டிலும் குறைவாக இருந்ததும், அவர்கள் இள வயதிலேயே மரணமடைந்து வருவதையும் பள்ளியில் படிக்கும்போது அடோனி அறிந்திருந்தான். அதுவே அவனை மருத்துவம் படிக்கத் தூண்டியிருக்கலாம்.

‘கரோலின் என்னை விரும்புகின்றாளா?’ அடோனியின் மனம் சிந்தனையில் ஆழ்ந்தது. முதற் குமுழி ஒன்று அவன் அடிமனதில் இருந்து மேலெழுந்து நடனமிட்டது.

தற்செயலாக ஆரம்பித்த இந்தச் செயல், நாளடைவில் அவர்களின் அன்றாட காரியங்களுள் ஒன்றாகிவிட்டது. ‘சூடு கண்ட பூனை அடுப்பங்கரை நாடாது’ என்ற பட்டறிவு அடோனிக்கு வரும்போதெல்லாம், ‘அடிக்கிற கைதான் அணைக்கும்’ என்று சொல்ல வருபவன் வருண். அவனே அவர்கள் இருவருக்குமான நெருக்கத்தைச் செறிவாக்கி எண்ணெய் ஊற்றி வளர்ப்பவன்.

பல்கலைக்கழகத்தில் மாணவர்கள் இரண்டு குழுக்களாக இருந்தார்கள். கிழக்காசியாவைச் சேர்ந்தவர்கள் ஒருபுறம்; அது தவிர்ந்த ஐரோப்பா போன்ற நாடுகளைச் சேர்ந்தவர்கள் இன்னொருபுறம். இரண்டிலும் சேராத பிரகிருதிகளும் உண்டு, கரோலின், அடோனி போல. இரண்டு குழுக்களென்று

சொல்வதால் அவர்களிடையே சண்டை சச்சரவு என்று அர்த்தம் கொள்ளக்கூடாது. பழக்கவழக்கங்கள், உணவு முறைகள் சார்ந்து தானாக உருவாகிய குழுக்கள் இவை.

“அடோனி! நான் நாளைக்கு விரிவுரைகளுக்கு வரமாட்டேன்” என்றாள் கரோலின். அடோனி! என்ற அவளின் அழைப்பு மற்றவர்கள் கூப்பிடுவது போல் அல்லாமல் சற்றே வித்தியாசமாக இருந்தது அன்று. குருவி ஒன்றின் உதடுகளுக்கிடையே எழுந்து அமுங்கும் கீச்சிட்ட குரல் போல் இருந்தது. சொல்லிவிட்டு அடோனியை உற்றுப் பார்த்தாள். மொட்டையான அந்த வார்த்தைகளில் எதோ பூடகமாக ஒளிந்திருப்பதை உணர்ந்தான் அடோனி. கரோலின் முன்னர் விரிவுரைகளுக்கு வராத சந்தர்ப்பங்களில் இப்படி அவனுக்குச் சொல்லியிருந்ததில்லை.

“ஏன்?” என்று கேட்க நினைத்தான் அடோனி. ஆனால் கேட்கவில்லை. குனிந்து அவளின் முகத்தைப் பார்த்தபடி நின்றான்.

“வீடு மாறுகின்றோம்” கவலையுடன் சொல்லிவிட்டு தலையைக் குனிந்து கொண்டாள் கரோலின். ஒருவர் ஒரு இடத்தில் பலகாலம் வாழ்ந்துவிட்டு, அந்த இடத்தைவிட்டுப் பிரிந்து போவது கவலை தரும் செய்திதான். அதுவும் மெல்பேர்ணில் ‘ரூறாக்’ என்ற செல்வந்தர்கள் வசிக்கும் அந்த அற்புதமான இடத்தைவிட்டுப் பிரிவதென்றால்…?

“புதிய வீட்டிற்குப் போகவேண்டும் என்ற ஆசையும் இருக்கின்றது. அதே நேரத்திலை இப்ப இருக்கிற வீட்டையும் அயலில் உள்ளவர்களையும் விட்டுப் பிரிகின்றோம் என்ற கவலையும் இருக்குது” அவள் கண்களில் கண்ணீர் கோர்த்தது.

மூன்று மாதங்களுக்கு முன்னர் கரோலினின் தாத்தா--- அப்பாவின் அப்பா--- இறந்துவிட்டார். செத்தவீட்டிற்கு சக மாணவர்களுடன் அடோனியும் போயிருந்தான். தாத்தா தனது எண்பத்தியெட்டாவது வயதில் காலமாகியிருந்தார். செத்தவீட்டிற்கு பல்கலைக்கழகத்தின் முதல்வர், விரிவுரையாளர்கள், இராணுவ அதிகாரிகள், அரசியல்

பிரமுகர்கள் என பல பெரிய புள்ளிகள் வந்திருந்தார்கள். தாத்தாவுக்காகத்தான் எல்லாரும் அந்தப் பழைய வீட்டில் வாழ்ந்து வருவதாக முன்பொருநாள் கரோலின் சொல்லியிருந்தாள். பழைய வீடென்றாலும் பெரிய மாளிகை அது. வீட்டின் முன்புறத்தில் ஒரு 'செக்கியூரிட்டிப் பொயின்'றும், பின்புறம் பூந்தோட்டம், நீர்த்தடாகம் என்பனவும் இருந்தன. வீட்டைச் சுற்றி உயர்ந்த மதில் ஒன்று முடிவிடம் தெரியாமல் ஓடியது. அவர் அந்த வீட்டை, பார்த்துப் பார்த்துக் கட்டியிருந்தாராம். முதல் பார்வையில் அந்த வீட்டைப் பார்ப்பவர்கள் ஒரு அரண்மனையின் தன்மையை உணர்ந்து கொள்வார்கள்.

அதற்கு முன்னரும் அடோனி, கரோலினின் வீட்டிற்குப் போயிருக்கின்றான். அவளின் பிறந்ததினத்திற்குப் போனபோதுதான் ஒருநாள், கரோலின் தனது பெற்றோருக்கு முதன்முதலில் அவனை அறிமுகம் செய்திருந்தாள். கரோலினிற்கு 'கிறிஸ்ரல்' என்ற ஒரு தங்கையும் இருக்கின்றாள். பெயருக்கேற்ற விதத்தில் அவள் ஒரு பளிங்கு. தந்தையார் ஏதோ பிஸ்னஸ் செய்வதாகச் சொல்லியிருந்தாள். அப்போதெல்லாம் தாத்தா அடோனியை இடைமறித்துக் குறுக்குக் கேள்விகள் கேட்பார். முகத்தை ஒரு விருமாண்டி போல வைத்துக்கொண்டு அவர் கேட்கும் கேள்விகள் அடோனிக்குப் பிடிப்பதில்லை. தாத்தாவிற்கு அவன் மீது ஒரு வெறுப்பு இருந்ததாகவே அவன் உணர்ந்தான்.

கரோலினும் அடோனியின் வீட்டிற்கு நண்பர்களுடன் வந்திருக்கின்றாள். கரோலினை முதன்முதலாக அடோனி தன் பெற்றோர்களுக்கு அறிமுகம் செய்தபோது, அவர்கள் மனதினுள் ஏதோ ஒருவித பயம் அப்பிக் கொண்டது. கரோலின் வெள்ளைக்காரி ஆயிற்றே! நாட்டிற்குள் நுழைந்தது முதல் தம் இனத்தவரை அடித்துத் துரத்தியதும், ஆக்களைக் கெடுத்து, பெண்களின் கற்பைச் சூறையாடி, பிள்ளைகளை அள்ளிக் கொண்டு போனதும் அடோனியின் பாட்டிக்கு நினைவிற்கு வந்தன. அவை கொதிக்கும் எண்ணெயில் கொப்பளங்களாக வெடித்து வெடித்துச் சிதறின.

பள்ளி வாழ்க்கையின் போது இப்படிப்பட்ட ஆண் பெண் தொடர்புகள் இல்லாதிருந்ததும், பல்கலைக்கழகம் போனதன் பின்னர்தான் இத்தகைய தொடர்புகள் ஆரம்பித்திருப்பதையும் இரண்டுபக்கத்துக் குடும்பத்தாரும் அவதானித்திருந்தார்கள்.

கரோலின் வீடு மாறும் விடயத்தை மற்றவர்கள் ஒருவருக்கும் சொல்லாமல் தனக்கு மாத்திரம்தான் சொல்கின்றாளா? ஒருவேளை தன்னிடம் ஏதாகிலும் உதவியை எதிர்பார்க்கின்றாளா? அடோனியின் மனம் குழம்பியது.

“நான் ஏதாவது உதவி செய்யவேண்டுமா?”

“இல்லை. தேவையில்லை. எல்லாப் பொருட்களும் பெட்டிகளில் போட்டு வைத்துவிட்டோம். அப்படியே தூக்க வேண்டியதுதான். அப்பப்பாவின் உடமைகள்தான் ஏராளமாக உள்ளன. அவற்றைத்தான்...”

“நான் சனிக்கிழமை வருகின்றேன்” என்றான் அடோனி. அதற்கு அவள் மறுப்புத் தெரிவிக்கவில்லை.

சனிக்கிழமை கரோலினின் வீட்டிற்குச் சென்றபோது, அவர்களுடன் படிக்கும் லிசாவும் எலிசபெத்தும் வருணும் அங்கே நிற்பதைக் கண்டான் அடோனி. அவர்கள் ஏற்கனவே உதவி செய்து கொண்டிருந்தார்கள்.

“வா... வா... உன்னைத்தான் கரோலின் தேடிக் கொண்டிருக்கின்றாள்” என்றான் வருண் புன்னகைத்தபடியே.

அந்த வீட்டில் ஒரு நிலக்கீழ் அறை இருந்தது. அவுஸ்திரேலியாவில் முதன்முதலாக அன்றுதான் நிலக்கீழ் அறையை அடோனி கண்டுகொண்டான்.

“அப்பா இருக்கும்வரை ஒருவருக்குமே அந்த அறைக்குள் போவதற்கு அனுமதி கிடையாது” என்றார் சிரித்தபடி கரோலினின் அப்பா.

வியாபார நிமித்தம் அங்கு இங்கு என அலையும் கரோலினின் தந்தை அன்று நின்றிருந்தார். வீடு மாறுவதற்காக ஒருகிழமை லீவில் நிற்பதாகச் சொன்னார்.

எல்லாரும் நிலவறைக்குள் இறங்கினார்கள். எங்குமே சிலந்தி வலைகளும் ஒட்டடைகளுமாக இருந்தன. பெட்டி பெட்டியாக தூசி படிந்த தாத்தாவின் ஆவணங்கள், உடைமைகள் நிறைய பரவி இருந்தன. ஆளுக்காள் முகத்தைப் பொத்தியபடி 'அச்சூம்' போட்டார்கள். எலிசபெத் 'மிஸ்டர் பீன்' போல் கையை முகத்தினின்றும் எடுத்து, உதட்டிற்குக் கீழ் வைத்து மெதுவாக 'அச்சும்' என்றாள். எல்லோரும் சிரித்தார்கள்.

"உங்கள் தாத்தா என்ன வேலை செய்தார்?" திடீரெனக் கேட்டாள் லிசா. அவளின் அந்தக் கேள்வியினால் கரோலினின் முகம் திடீரென கருகருவென மாறுவதை அடோனி கண்டுகொண்டான்.

"உஷ்! பிறகு சொல்கின்றேன்" சுட்டுவிரலினால் தன் உதட்டை அழுத்தினாள். படிக்கட்டுகளின் அடியில் நின்றபடி மேலே எட்டிப் பார்த்தாள்.

"அவுஸ்திரேலியாவின் உள்நாட்டு உளவு நிறுவனத்தை ஆரம்பித்து வைத்தவர்களில் எனது தாத்தாவும் ஒருவர். *The Australian Security Intelligence Organisation*" மெல்லிய குரலில் தயங்கியபடி சொன்னாள். அதன் பின்னர் கரோலின் ஏதோ சொல்ல முற்பட்டதையும், சொல்ல வந்ததை முழுமையாக முடிக்காமல் விட்டுவிட்டதையும் அடோனி கவனித்தான்.

அவளைச் சூழ்ந்து நின்ற அனைவரும், படிக்கட்டின் வழியே ஓடும் கம்பியை ஒருமுறை பிடித்து தமது சுய உணர்வைப் பரிசோதித்துக் கொண்டனர். அவுஸ்திரேலியாவின் ஒரு பெருங்குடும்பத்தைச் சேர்ந்த பெண் ஒருவருடனா தாங்கள் படித்துக் கொண்டிருக்கின்றோம், பழகிக் கொண்டிருக்கின்றோம் என வியப்பில் ஆழ்ந்தனர் அவர்கள். ஆனாலும் கரோலினில் இவை ஒன்றுமே தெரியவில்லையே?

கரோலினும் லிசாவும் எலிசபெத்தும் நிலவறைக்குள் நிற்க, வருணும் அடோனியும் படிக்கட்டுகளின் வழியே மேல் ஏறி நடுவில் நின்றார்கள். பெட்டிகள் கீழிருந்து மேலே சென்றன. பெட்டிகளைக் கொடுக்கும்போது வேண்டுமென்றே

அடோனியின் கைவிரல்களைச் சீண்டினாள் கரோலின். குறுகுறுத்தபடி அவன் கரோலினைப் பார்த்தான். கரோலினின் கண்களில் ஒருவித மயக்கம் மிதந்ததைக் கண்டுகொண்டான். அந்த மயக்கத்தில் அடோனி சிலிர்த்துப் போனான்.

“கரோலின்! இங்கே ஒருக்கால் வா. அம்மா கூப்பிடுகின்றார்” மேல் இருந்தபடியே தந்தை கூப்பிட்டார். அவர்களிடையேயான அந்த ஊடலை அவர் கண்டிருக்கக் கூடுமா? குசினிக்குள் அம்மா தேநீர் தயாரித்துக் கொண்டிருந்தார். குசினிக்குள் சென்ற கரோலின் நீண்ட நேரமாக வரவில்லை. கரோலினின் இடத்தை நிரப்ப கிறிஸ்ரல் அங்கே வந்தாள்.

“அடோனி! நீங்கள் கீழே போங்கள். நான் மேலே நிற்கின்றேன்” என்றாள் கிறிஸ்ரல்.

அடோனி வருணைப் பார்த்தபடி, படிகளின் வழியே கீழ் இறங்கி நிலவறைக்குள் சென்றான். நிலவறைக்குள் ஒரு மின்சார பல்ப் மாத்திரம் எரிந்து குருட்டு வெளிச்சம் போட்டுக் கொண்டிருந்தது. அந்த வெளிச்சத்தில் தூசிப்படலம் மேல் நோக்கிப் போய்க் கொண்டிருந்தது. கடைசிப் பொதிகள்--- ஏறக்குறைய பத்திற்கும் மேல்---சற்றே வித்தியாசமாக இருந்ததை அடோனி அவதானித்தான். அவற்றின் மேல் எழுதப்பட்டிருந்த பெயரும் வேறாக இருந்தது. அடோனி ஒரு பேப்பரை எடுத்து பெட்டிகளின் மேல் எழுதியிருந்த பெயர்களைக் குறித்துக் கொண்டான்.

கரோலின் ஒரு தட்டில் கோப்பியும் பிஸ்கெற்றும் கொண்டு வந்தாள். எல்லோரையும் மேலே ஏறி வரும்படி கூப்பிட்டாள்.

அதன் பின்பு அங்கே பெரிதாக வேலை இருக்கவில்லை. அடோனிக்கும் அங்கிருக்கப் பிடிக்கவில்லை. தலை வலிக்கின்றது எனச் சொல்லியபடி உடனடியாகக் கிழம்பி விட்டான்.

அடுத்துவந்த திங்களும் செவ்வாயும் அடோனி யூனிக்குப் போகவில்லை. மனம் பாறாங்கல்லாய்க் கனத்தது. அறைக்குள் தனிமையில் தவித்தான். கரோலின் பற்றி அவனால் தெளிவாக எதுவும் புரிந்து கொள்ள முடியவில்லை. பாட்டியார்

சொன்னதைத் தவிர, வேறெந்த எண்ணங்களும் தலை தூக்கவில்லை. கரோலினைப் பிடிக்காமல் போனதற்கு, அவள் 'வெள்ளைக்காரி' என்பதைத்தவிர வேறெந்தக் காரணமும் இருக்கவில்லை. வெள்ளைக்காரரை ஏன் பிடிக்கவில்லை என ஆராயப்போனால் நாம் பின்னோக்கி இருநூறு வருடங்களுக்கும் மேல் போய் அங்கிருந்து வரவேண்டியிருக்கும்.

வெள்ளைக்காரர்கள் பற்றிய கதைகளை - தனது மூதாதையருக்கு நடந்த துயரங்களை தமது இனத்தின் அடையாளத்தை அழித்ததை - அடோனி சிறுவயதாக இருக்கும்போதே பாட்டியார் பல தடவைகள் அடோனிக்குச் சொல்லியிருக்கின்றாள். அவனது மனக்குழப்பம் உச்சத்தை அடைந்து கொண்டிருந்த வேளையில், காணாமல் போனவர்கள் பற்றியும், கவர்ந்து செல்லப்பட்டவர்கள் பற்றியும் பாட்டி கதை கதையாக அவனுக்குச் சொல்லியிருக்கின்றாள். அதுகுறித்து கனவு கண்டு விழித்து நடுங்கி இருக்கின்றான். அது காலந்தொட்டு அடோனிக்கு வெள்ளை இனத்தவர் மீது ஒரு வெறுப்பு வளர்ந்து கொண்டே வந்திருக்கின்றது. ஆனால் அவனது அம்மா வெள்ளைக்காரர்கள் பற்றி எதுவும் அவனிடம் சொல்லாதது அவனுக்கு ஆச்சரியத்தைத் தந்தது. ஒருவேளை அவள் பாதி வெள்ளையாகிவிட்டது காரணமாக இருக்கலாம்.

இதையெல்லாம் தவிர்த்துவிட்டுப் பார்த்தால், கரோலின் ஒரு 'தங்கக் கட்டி' போலவே அடோனிக்குத் தென்பட்டாள். அந்தத் தங்கக் கட்டியைத் தூக்கி எடை பார்க்க ஆசையாகவும் இருந்தது அவனுக்கு. மாறி மாறிக் கொப்பளிக்கும் எண்ணங்களுடன் போராடினான் அடோனி.

அறையைப் பூட்டிவிட்டு - கரோலினின் வீட்டில் இருந்து எழுதிக்கொண்டு வந்த இரண்டு பெயர்களையும் கொம்பியூட்டரில் தேடினான். கூகிள் அவனுக்குத் திகைப்பான செய்திகளைச் சொன்னது. ஒன்று கரோலினின் தாத்தா. மற்றவர் தாத்தாவின் அப்பா, முப்பாட்டன். தாத்தாவைப் பற்றி ஏற்கனவே கரோலின் சொல்லிவிட்டாள். முப்பாட்டன் செய்த கொடுமை அதைவிடப் பன்மடங்கானது. தனது

முன்னோர்கள் செய்தவற்றில் உடன்பாடு இல்லாததால்தான் கரோலின் எல்லாவற்றையும் மறைத்தாளா? அந்த இறந்துபோய் விட்ட இருவரும் கொடுத்த திகைப்பினால் அடோனிக்கு நிஜமாகவே காய்ச்சல் வந்துவிட்டது. காய்ச்சல் முற்ற அடோனி தனது மனதோடு பிதற்றினான். முரண்பட்ட எண்ணங்களால் அலைக்கழிக்கப்பட்டான்.

"கரோலினைத் திருமணம் செய்வது சாத்தியப்படுமா?"

"அப்போதெல்லாம் அவர்கள் எங்கள் பெண்களின் கற்பைச் சூறையாடினார்களே!"

அதன் பிறகு மனசாட்சி தொடர்ந்து அடோனியைப் பேசவிடாது தடுத்தது. தானே எல்லாவற்றையும் பேசிக் கொண்டது.

"கற்பைச் சூறையாடுவதற்கும் காதல் கொள்வதற்கும் வித்தியாசம் இருக்கின்றது."

"உன்னுடைய அப்பா கூட அவள் இனத்தவர்தானே!"

"பழி ஓரிடம் பாவம் ஓரிடமா?"

"இத்தனை வருடங்கள் காத்திருந்து, அந்தப் பரம்பரையில் இப்படியொரு பெண் முகிழ்த்திருக்கின்றாளே எனச் சந்தோஷப்படு."

அடோனி தனக்குத் தானே சிரித்துக் கொண்டான்.

மாலையில் வருணும் கரோலினும் அவனைப் பார்த்துச் செல்ல வந்திருந்தார்கள்.

கரோலின் அடோனியின் நெற்றியைத் தொட்டுப் பார்த்து,

"ஓ... அனலாகக் கொதிக்கின்றதே!" என்றாள்.

அடோனி சீறி விழுந்தான். "உனது முப்பாட்டன் அவுஸ்திரேலியாவில் நிற வெறிக்கொள்கையை அமல்படுத்தியவர் அல்லவா! அதுதான் என் தலை கொதிக்கின்றது" கோபமாகச் சொன்னான்.

வருண் திகைத்துப் போனான்.

கரோலினின் முகம் குப்பென வியர்த்தது. அவள் மேல் ஒரு பாறாங்கல்லு விழுந்து உருண்டது போன்றிருந்தது. அந்த விடயங்களைப் பகிர்ந்துகொள்ள மனம் விரும்பாதவளாக, தடுமாற்றத்துடன் அறையைவிட்டு வெளியேறி வாசலில் நின்றாள்.

கரோலின் வெளியே போனபின்னர், நெடுநேரம் வரை தனது படுக்கையில் இருந்தபடி முகட்டில் பார்வையை ஓடவிட்டபடி இருந்தான் அடோனி. வருண் அவனை நிமிர்ந்து பார்த்தான்.

“வெளியே நிற்கின்றாள். கூட்டி வரவா?” அடோனியிடம் அனுமதி கேட்டான் வருண்.

“உம்” என்று பெருமூச்செறிந்தான் அடோனி.

உள்ளே வந்த கரோலினின் கண்கள் மின்னின. இருவரில் யார் முதலில் பேசுவது என்று காத்திருந்தார்கள். தங்களுக்குள் செருமி ஒத்திகை பார்த்துக் கொண்டார்கள். எந்த நேரத்திலும் ஒத்திகை நிஜமாகலாம் என எதிர்பார்த்தான் வருண்.

“மூட்டை மூட்டையாகக் கொண்டுபோன உங்கள் தாத்தா பூட்டனின் முதுசங்கள் என்னவாயிற்று?” கரோலினைப் பார்த்துக் கேட்டான் அடோனி.

“அந்தத் தரித்திரங்களை எல்லாம் எரித்துவிட்டார் என் அப்பா. அப்பாவிற்கு அரசியல் பிடிப்பதில்லை” என்றாள் அவள்.

அந்தக் கேள்வி பதிலினால் இருவரின் கண்களும் பனித்தன.

சிறிது நேரம் தான். படுக்கையில் இருந்து தாவிக்குதித்து கரோலினைக் கட்டிப்பிடித்தான் அடோனி. ஒருவரை ஒருவர் கட்டிப் பிடித்தபடியே தூக்கிச் சுற்றினார்கள். நோய்க்கு அருமருந்தாக மாறி மாறி முத்தங்கள் பொழிந்தனர்.

வருண் அந்தக் காட்சியைத் தவிர்க்க வேண்டி, ஜன்னலினூடாக வெளியே பார்வையை ஓடவிட்டான். ‘நிறவெறியை அமல்படுத்தியவர்களின் வாரிசுகளும், நிறவெறிக்கு உள்ளானவர்களின் வாரிசுகளும் இன்று மனமொத்து இணைகின்றார்கள்.’ சிந்தனைவெளியில் சஞ்சரித்தான் வருண்.

அவனது வெளியை, வீட்டின் பின்புறம் ஒன்றுடன் ஒன்று விளையாடிக் கொண்டிருந்த பூனையும் எலியும் ஊடறுத்தன. கொழுத்த எலி ஒன்று பூனையின் மேலே ஏறிச் சவாரி விடுவதும், பூனை அதனைக் கீச்சுக் காட்டுவதுமான காட்சி தெரிகின்றது.

அப்போது வருணின் மொபைல்போனிற்கு ஒரு அழைப்பு வந்து, அடோனிக்கும் கரோலினிக்கும் இடையேயான இறுக்கத்தைத் தளர்த்தியது. சத்தம் வந்த திசை நோக்கி அடோனியும் கரோலினும் பார்வையைச் செலுத்தினார்கள். அங்கே வருணின் மொபைல்போனில் கிறிஸ்ரலின் முகம் பளிச்சிட்டது. அவர்கள் இருவருக்கும் அது அதிர்ச்சியாக இருந்தது.

இன்னொரு பூனை, இன்னொரு எலியுடன் தன்னை ஐக்கியப்படுத்திக் கொள்வதற்கான அழைப்பு அது. வருண் தயக்கத்துடன், பச்சை பட்டனை அழுத்தி "ஹலோ" என்றான்.

O

குவீன்ஸ்லாந்து தமிழ்மன்றம் சிறுகதைப்போட்டி (முதல் இடம், 2019)

ஞானம் (மாசி, 2020)

கணையாழி (பங்குனி, 2020)

யாரோ ஒளிந்திருக்கின்றார்கள்

"சேர்! எங்கே என் மனைவி உமா? வழமையாக எட்டு மணிக்கெல்லாம் இங்கே வந்துவிடுவாரே..." காரைத் தரிப்பிடத்தில் நிறுத்திவிட்டு வேகமாக வந்த களைப்பில், மனைவியைக் காணாத அதிர்ச்சியுடன் கேட்டான் சிறீபாலன்.

"பயப்படாதீர்கள்! இன்னும் அரைமணி நேரத்திற்குள் இங்கு வந்துவிடுவார். இன்று கொஞ்சம் தாமதமாகிவிட்டது. நீங்கள் வெளியே உள்ள இருக்கையில் அமர்ந்துகொள்ளுங்கள். அங்கே நிறையப் புத்தகங்கள் இருக்கின்றன. அல்லது ரெலிவிஷன் பார்க்கலாம்" சொல்லியபடியே அந்த ஆண் தாதி சிறீபாலனை நிமிர்ந்து பார்த்தார். பார்த்த மாத்திரத்தில், சிறீபாலனுக்கு இந்த நிலை வந்திருக்கக்கூடாது எனக் கவலை கொண்டார். அவருக்கு அருகே இருந்த பெண் தாதி மேசையில் குனிந்தபடி அவசர அவசரமாக எதையோ எழுதிக் கொண்டிருந்தார்.

சிறீபாலன் கோர்ட் சூட் ரை அணிந்த நிலையில் வேலைக்குப் போவதற்கு முன்பாக அங்கு வந்திருந்தான். கம்பீரமான தோற்றம், நறுக்கு மீசை, வயது நாற்பதுக்குள் இருக்கும்.

அந்தப்பெரிய அறைக்குள் ஏழெட்டு நோயாளர்கள் வரையில் இருந்தார்கள். ஆனால் நாற்பது பேரின் இரைச்சல்

அங்கே நிலவியது. இரண்டு தாதிமார்கள் அவர்களைக் கண்காணிப்பதற்கும், கட்டுப்பாட்டுக்குள் வைத்திருப்பதற்கும் போதாமல் இருந்தது.

'பயப்படாதீர்கள்' என்ற அந்தத் தாதியின் சொல் சிறீபாலனைச் சற்றுச் சிந்திக்க வைத்தது. ஏதோ நடந்திருக்க வேண்டும். வாசலில் நின்றபடியே உமாவை அங்கும் இங்கும் தேடினான். அறைக்குள் அவனது மனைவியைத் தவிர மற்றைய எல்லோரும் இருப்பதாகவே அவனுக்குப்பட்டது.

மருந்திற்குக் கட்டுப்படாவிடில் 'ஷொக் றீற்மன்ற்' கொடுக்கவேண்டி வரும் என மனோதத்துவ நிபுணர் கடந்தமுறை சந்தித்தபோது சிறீபாலனிடம் கூறியிருந்தார். அப்போது சிறீபாலனின் மனைவி உமா, "எனக்கொன்றும் இல்லை. அப்படியிருக்க ஏன் எனக்கு மருந்து தருகின்றீர்கள். சும்மா மருந்தைக் குடிப்பது உடம்பிற்குக் கேடு தரும் அல்லவா?" என டாக்டரைக் கேட்டிருந்தாள்.

'என்னுடைய அறைக்குள் டைனோசர் ஏலியன் கரடி சிங்கம் எல்லாம் ஒளித்திருக்கின்றன. சிலவேளைகளில் அவை என்னைக் கொல்லப் பார்க்கின்றன' என்று ஒருநாள் ஆர்ப்பாட்டமிட்டு, கையிலே கத்தி ஒன்றை எடுத்து வெறிபிடித்தவள் போல உமா நடந்துகொண்டதை நினைத்து வைத்தியர் தனக்குள் புன்முறுவல் கொண்டார்.

"மருந்தை உடனடியாக நிறுத்த முடியாது. மெது மெதுவாகக் குறைத்து, வருத்தம் முற்றாகக் குணமாகியதும் நீங்கள் வீட்டிற்குப் போகலாம்" என உமாவிடம் ஆறுதல் சொல்லியிருந்தார் டாக்டர்.

வெளியே இருந்த தொலைக்காட்சியில் மிருகங்கள் பறவைகள் பற்றியதொரு விபரணம் போய்க் கொண்டிருந்தது. அன்னப்பட்சிகள் மனிதர்களைப் போலவே பெரும்பாலும் ஒரு துணையுடனே தமது வாழ்நாள் முழுவதும் இருப்பதாகவும், ஒருபாலின சேர்க்கையும் அவற்றுள் அவதானிக்கப்பட்டுள்ளது எனவும் சொல்லிக் கொண்டிருந்தார்கள். அன்னப்பட்சிகள்

பாலில் கலந்திருக்கும் நீரை விட்டு பாலை மாத்திரம் அருந்தும் என சிறீபாலன் சிறுவயதில் கேள்விப்பட்டிருந்தான். மனிதர்களும் ஏன் அன்னப்பட்சிகள் போல தீயனவற்றை விடுத்து நல்லனவற்றை எடுத்து வாழப் பழகக்கூடாது? கண்கள் அந்த விவரணத்தில் லயித்திருந்தாலும் சிறீபாலனின் மனம் எதையோ அசை போட்டது.

தெளிந்த நீரோடை போல ஓடிச்செல்லும் மனிதர்களின் வாழ்க்கை, இப்படித்தான் சிலவேளைகளில் திடீர் திடீரென மாறிவிடுகின்றது.

உமா மனோவியாதிக்குச் சிகிச்சை பெற, இங்கே வந்து மூன்று மாதங்களாகிவிட்டன.

குடும்பத்தின் முழுப்பொறுப்பும் அவன் தலையில் வந்துவிட்டதன் பின்னர் கொஞ்சம் தளர்ந்து போனான் சிறீபாலன். அதிகாலையில் சமையல் செய்து, தன் இரண்டு ஆண் பிள்ளைகளையும் பள்ளிக்கு அனுப்பிவைத்துவிட்டு, உமாவைப் பார்க்க இங்கே வந்துவிடுவான். உமாவுடன் சிறிது நேரம் இருந்துவிட்டு பின்னர் வேலைக்குப் புறப்பட்டுவிடுவான். பள்ளியில் வகுப்புகளுக்கு முன்னரும் பின்பும் பிள்ளைகளைப் பராமரிக்கும் வசதி இருப்பது சிறிது ஆறுதல் அவனுக்கு. பின்னர் மீண்டும் வேலை முடித்து, மனைவியைப் பார்த்துச் செல்வான்.

தகவல் தொழில் நுட்பம் எவ்வளவோ முன்னேறிவிட்ட நிலையில், அதனால் இப்படியான அபத்தங்களும் உலகில் மலிந்துவிட்டன. உலகின் மிகக் குறுகிய எண்ணிக்கையினரான இந்த இழிசெயலைச் செய்பவர்கள் மானிடத்தின் கேடுகெட்ட ஈனப்பிறப்புகள். பொறாமை, எரிச்சல், இயலாத்தன்மை கொண்ட இவர்களால் சில மனிதர்களின் வாழ்க்கை அல்லாடுகின்றது. இந்தச் செயல்களைச் செய்பவர்களைக் கண்டுபிடிப்பதும் கடினம், அதே போல இதனால் பாதிப்படைபவர்களையும் அடையாளம் காண்பது கடினம். உமா கூட இப்படியான சுழிக்குள் அகப்பட்டிருந்தும் அவளைக் கண்டுபிடிப்பதற்கு தாமதமாகிவிட்டதே என வருந்தினான் சிறீபாலன்.

“என்ரை கொம்பியூட்டர், ஸ்மாற்போன், மின்னஞ்சல், இணையம், முகநூல் எல்லாத்துக்குள்ளும்---யாரோ ஒரு சிலர் ஒளிந்திருக்கின்றார்கள்” என்று உமா முதன்முதல் சொன்னபோது சிறீபாலனுக்குச் சிரிப்புத்தான் வந்தது.

“ஒளிச்சிருந்து...?” சிறிபாலன் தனது கேள்வியைக் கேட்டு முடிப்பதற்கு முன்னரே,

“அவர்கள் எப்போதோ அங்கே ஒளிந்திருக்க வேண்டும். இந்த மரமண்டைக்கு சில மாதங்களுக்கு முன்னர்தான் இந்த விடயமே தெரிய வந்தது. அவர்கள் அங்கே ஒளிந்துகொண்டு எனக்கெதிராக பல சதித்திட்ட வேலைகளில் ஈடுபடுகின்றார்கள்” கவலையுடன் சொன்னாள் உமா.

“அதுசரி... அப்படியெல்லாம் அவர்கள் செய்வதற்கு, நீர் என்ன பெரிய முக்கியமான ஆளா? அரசியல்வாதிகள், பெரிய பிஸ்னஸ் பீப்பிள்ஸ், சினிமாக்காரர் எண்டு சொன்னால் நான் ஒத்துக்கொள்ளுவன்.”

“எறும்புக்கும் அதனளவில் எது நடந்தாலும் அது அதற்குப் பெரிதுதான்” என்று உமா சொன்னபோது சிறீபாலன் மௌனம் காத்தான்.

உமா இலங்கையில் பன்னிரண்டாம்வகுப்பு வரையும் தான் படித்திருந்தாள். புலம்பெயர்ந்து வந்ததன் பிற்பாடு அவளின் முன்னேற்றம் வியக்கத்தக்கதாக இருந்தது. பல்கலைக்கழகம் சென்று கணக்கியல் பட்டதாரியாகி, இன்று ஒரு தொழிற்சாலையின் நிர்வாகக்கட்டமைப்புக்குத் தலைமை தாங்குகின்றாள். அவளுடன் பள்ளியில் படித்தவர்கள் எல்லாம் எங்கோ தங்கிவிட அவள் கிடுகிடுவென்று முன்னேறிவிட்டாள்.

கடந்த ஆறு மாதங்களுக்கு முன்னர் உமாவின் பாடசாலை நண்பி மனோகரி - தன் குடும்பம் சகிதம் அமெரிக்காவில் இருந்து வந்திருந்தாள். குழந்தைகளின் குதூகலத்தில் வீடு மகிழ்ச்சி கொண்டது. மனோகரி, உமாவிற்கு அமெரிக்காவில் இருந்து ஒரு ஸ்மாற்போன் பரிசாக வாங்கி வந்திருந்தாள். ஸ்மாற்போன் வாங்கவேண்டும் என்ற உமாவின் நீண்டநாள்

ஆசை நண்பியின் வரவால் தீர்ந்தது. மனோகரி தானே அதனை 'செற் அப்' செய்து கொடுத்தாள். அவள் அமெரிக்காவில் கொம்பியூட்டர் சயன்ஸ் படித்திருந்தாள்.

பாடசாலையில் படிக்கும் காலங்களில் மனோகரி முதல் மூன்று மாணாக்கருள் ஒன்றாக வந்துவிடுவாள். உமா பதினைந்திற்குள் வருவாள். எப்படி அமெரிக்காவிற்கு ஏனைய நாடுகள் முதன்மையான இடத்தில் இருப்பது பிடிக்காதோ... அப்படியே மனோகரிக்கும். வந்த அன்றிரவே கேள்விகளைத் தொடங்கிவிட்டாள்.

"எங்கை உம்முடைய கொன்வகேசன் சேர்டிபிக்கற் படங்கள் எல்லாத்தையும் காட்டும் பாப்பம்?"

அவற்றைப் பார்த்துக் கொண்டிருக்கும்போதே மனோகரியின் முகம் மழை முகிலாகி விட்டது. கறுத்துப் போன முகத்தில் கண்கள் சூரியன் போல் தகதகவென மின்னியது. முகத்தை சிலநிமிடங்கள் வேறு திசையில் வைத்திருந்தாள் அவள்.

மனோகரி அமெரிக்கா போய்விட்டதன் பின்னர், ஒருநாள் நேரம் நள்ளிரவைக் கடந்து விட்டிருக்கலாம். உமா படுக்கையில் எழுந்து உட்கார்ந்திருப்பதை சிறீபாலன் கண்டுகொண்டான்.

"என்ன பேஸ்புக் பார்க்கின்றீரா?"

"இல்லை... இங்கே பாருங்கள்!"

அவள் காட்டிய திக்கில், அவளது ஸ்மாற்போன் தன்னுடைய பாட்டில் ஒளிர்வதையும் பின்னர் சில விநாடிகளில் மறைவதையும் கண்டான். அப்படியாக இரண்டு மூன்று தடவைகள் நடந்தன. அவர்களின் படுக்கை அறைக்குள் இருளுடன் கலந்த அந்த வர்ணஜாலம் பயத்தைக் கொடுத்தது. சிறீபாலனுக்கு அந்தக்காட்சி திகைப்பாக இருந்தாலும் உமாவின் மன ஆறுதலுக்காக, "ஸ்மாற்போன் தன்னுடைய பாட்டில் அப்டேற் செய்கின்றது" என்று சொல்லி வைத்தான்.

"உங்கடை ஸ்மாற்போன் இப்படி அப்டேற் செய்வதில்லையே?" உமாவிற்கு சிறீபாலனின் பதிலில் திருப்தி இருக்கவில்லை.

சிறீபாலனின் சமாதானம் உமாவிற்கு மட்டுமேயானது. அவனுடைய மனதிலும் பதில் காணமுடியாத கேள்விகள் எழுந்தன. இவை எல்லாம் தகவல் தொழில்நுட்பத்தின் மறுபக்கங்கள் என்றாலும் இதைச் செய்பவர்கள் யார்? ஏன் செய்கின்றார்கள்?

அதன் பின்னர் முகநூலில் போடும் பதிவுகள் எல்லாம் தனக்காகவே போடப்படுகின்றன எனப் பயந்தாள் உமா. கொம்பியூட்டரின் முன்னால் பல மணி நேரம் சுய நினைவற்றவர்கள் போல் இருந்தாள். நள்ளிரவில் திடீர் திடீரென விழிப்படைந்து, முகநூலைத் தட்டிப் பார்ப்பதும், பேயறைந்தவள் போல் இருப்பதுமாக இருந்தாள்.

“என்ன உமா? ஏன் இப்படி இருக்கின்றீர்?”

“எனக்கு ஒன்றுமில்லை!”

சிலநாட்களாக தனது முகநூலை செயலற்றுச் செய்வதும், பின்னர் திரும்ப செயல்படவைத்து இடையில் ஏதாவது நடந்திருக்கின்றதா எனப் பார்ப்பதுமாக இருந்தாள்.

தனது முகநூலில் போடப்பட்ட புகைப்படங்கள் பிரதி செய்யப்பட்டுள்ளதாகவும், தான் வேலை செய்வது சார்ந்த தகவல்கள் திருடப்பட்டுள்ளதாகவும் சொன்னாள்.

“உமா! அப்படியென்றால் முகநூலை மூடிவிடு!”

அதற்கு அவள் சம்மதிக்கவில்லை. சாப்பிடாமல் இருந்தாலும் இருக்கமுடியுமே தவிர முகநூலை மூடிவிடமுடியாது என்றாள் உமா.

மனோகரி குடுத்துச் சென்ற ஸ்மாற்போனின் பாவனையின் பின்னர்தான் இத்தகைய விசித்திரங்கள் ஆரம்பமாகின.

இப்படியான பதகளிப்பில் உமா இருக்கும்போது, ஒருநாள் அமெரிக்காவில் இருந்து மனோகரி தொலைபேசி எடுத்தாள்.

“உமா! இப்போது நீர் எங்கு வேலை செய்கின்றீர்?”

மனோகரி அவுஸ்திரேலியா வந்து போனதன் பின்னர், உமா

இன்னொரு புதிய இடத்திற்கு வேலை மாறியிருந்தாள். அதை எப்படியோ மோப்பம் பிடித்திருந்தாள் மனோகரி.

“அவுஸ்திரேலியா நீர் வந்தபோதுதானே எல்லாம் சொல்லி விட்டேன்.”

“பரவாயில்லை. இன்னுமொருக்கா சொல்லுமன். நீர் வேலை செய்யுமிடத்தில் ஸ்ரீலங்கன்ஸ் இண்டியன்ஸ் வேலை செய்கின்றார்களா?”

“மனோகரி... வெளிநாட்டுக்கு வந்ததன் பிற்பாடும் இதுகளை நோண்டிக் கொண்டிருக்கக்கூடாது.”

“சரி... சரி... அப்ப வைப்பம்.”

கதைக்கும்போது கூட யார் மனதையும் நோகடிக்கக் கூடாது என்பதில் கருத்தாக இருப்பவள் உமா. நம்மை நாமாக வாழவிடுகின்றார்கள் இல்லையே எனக் கவலை கொண்டாள் அவள்.

தொலைபேசி உரையாடல் முடிந்து அரைமணி நேரம் இருக்கலாம். உமா புதிதாக வேலை செய்யும் நிறுவனத்திற்கு உலகின் பல பாகங்களிலும் கிளைகள் இருந்தன. அந்தக் கம்பெனியின் அமெரிக்கக்கிளையின் புகைப்படத்தை மனோகரி தனது முகநூலில் பதிவிட்டிருந்தாள்.

இதை கணவனுக்குச் சொன்னால் விபரீதம் ஆகிவிடும் என்பதால் மூடிமறைத்தாள் உமா. ஆனால் மனதில் பல ஆயிரம் கேள்விகள் உருவாகிப் பயமுறுத்தின.

இன்னுமொரு தடவை அவர்கள் ஒரு செத்தவீட்டிற்குப் போகும்போது வழியில் ஒரே மஞ்சள் பூக்கள் பூத்த வயற்காட்டைக் கடந்து சென்றார்கள். அது ஏதோ தானியப் பயிராக இருக்க வேண்டும். அதன் அருகில் நின்று ஒரு புகைப்படம் எடுத்து பேஸ்புக்கில் போட விரும்பினாள் உமா. அது ஒரு ஹைவே என்பதால் காரை நிறுத்த முடியாமல் போய் விட்டது. படம் எடுக்க முடியவில்லை.

வீட்டிற்கு வந்து சில மணி நேரம் இருக்கும். உமா ஃபேஸ்புக்கைத்

திறந்த போது, அதே மஞ்சள் வயற்காட்டு வெளியில் அவளது தோழி சிவானி படம் எடுத்துப் போட்டிருந்தாள். ஆச்சரியம் என்னவென்றால் சிவானி இருப்பது இருபது மணி நேரம் கார் ஓடும் தூரமான பிறிஸ்பேர்ணில். முடிச்சுக்கள் அவிழ்வது போலவும், ஒரு திகில் படத்தைப் பார்ப்பது போன்றும் இருந்தது உமாவிற்கு. மனோகரியும் சிவானியும் முகநூல் நண்பர்களாக இருப்பதைக் கண்டுபிடித்தாள். எப்படி அவர்கள் இருவரும் நண்பர்கள் ஆனார்கள்? உமாவின் மனம் சஞ்சலப்படுகின்றது. அவளா? இவளா? மனசு தராசு முள்ளாக ஆடுகின்றது.

அந்தப் படத்தை சிறீபாலனும் தன் இரண்டு கண்களாலும் பார்த்திருந்தான்.

மனோகரியின் வருகைக்கு முன்னர் கூத்தும் கும்மாளமுமாக மகிழ்ச்சியாக இருந்த குடும்பம். இன்று மருண்டவன் கண்ணுக்கு இருண்டதெல்லாம் பேய் போலாகிவிட்டது. வாழ்க்கை யானை புகுந்த வயல்காடாகி விட்டது.

உமா விதம்விதமான கற்பனைகளைத் தன் மன அடுக்குகளில் உருவாக்கிக் கொண்டாள். தன்னுடைய ஸ்மாற்போனிற்குள் ஒரு செயலி இருந்துகொண்டு இங்கு அவுஸ்திரேலியாவில் தன்னைச்சுற்றி நடப்பவற்றை, அமெரிக்காவில் மனோகரிக்குக் காட்டிக் கொண்டிருக்கின்றது என நினைத்தாள். முகநூலில் தன்னைப் பலர் உசுப்பேத்துவது போலவும், முகநூலில் உள்ள ஓட்டை உடைசலுக்குள்ளால் யாரோ புகுந்து தனக்கு எதிராக சதித்திட்டங்கள் தீட்டுவதாகவும் விரக்தி கொண்டாள். சிறீபாலனுக்குச் சொன்னவற்றை விடவும், இன்னும் நிறையனவற்றைத் தன்னுள் அடக்கி வைத்திருந்தாள்.

O

சிறீபாலனுக்குப் பக்கத்தில் ஒரு வெள்ளையினத்தவர் வந்து அமர்ந்தார். அவர் தன்னை டேவிட் என அறிமுகம் செய்துகொண்டார். வயது ஐம்பதிற்கு மேல் இருக்கலாம். மொட்டை விழுந்திருந்தது. மொட்டந்தலையில் சில வியர்வைத்துளிகள் கோர்த்திருந்தன. கதைக்கும்போது

இடையிடையே நோய்களின் மருத்துவப் பெயர்களையெல்லாம் எடுத்துவிட்டார். நிரம்பப் படித்த அவரது இடது கையில் ஏதோ ஒன்று பூட்டியிருந்தது. வேண்டும்போது அதனால் அவரது வலது கையையும் சேர்த்துப் பூட்டிக்கொள்ளக்கூடிய கருவி அது. திடீரென்று எழுந்து தொலைக்காட்சிப்பெட்டிக்குப் பின்னால் இருந்த செக்கியூரிட்டிக்கமராவின் அருகில் சென்று வினோதமாக அதனைப் பார்த்தார்.

“இது எல்லாம் என்னத்துக்குப் பூட்டியிருக்கு என்று உங்களுக்குத் தெரியுமா?”தானாக சிறீபாலனுடன் கதையை ஆரம்பித்தார்.

“இல்லை. சொல்லுங்கள்!”

“இவை எல்லாம் என்னைக் கையும் மெய்யுமாகப் பிடிச்சு சிறைக்குள் போடுவதற்குத்தான். நான் இன்னும் கொஞ்சநாட்களில் சமூகவிரோதிகள் நாலுபேரைக் கொல்லப்போகின்றேன் என்ற திட்டத்தை எப்படியோ இவர்கள் அறிந்துவிட்டார்கள். இங்கே பூட்டியிருக்கின்ற எல்லாக் கமராக்களுக்குள்ளாலும் என்னைக் கண்காணித்தபடி இருக்கின்றார்கள்.”

சிறீபாலன் இருக்கையில் அமர்ந்தபடியே, அவருக்கு எதிராக இரண்டு அடிகள் பின்னோக்கிச் சறுக்கீஸ் விட்டு அமர்ந்தான்.

“உங்களுக்கு இன்னுமொன்று சொல்வேன். என்னுடைய மனைவி கொஞ்சநாட்களுக்கு முன்னர், நடு இரவில் நான் உறங்கிக் கொண்டிருக்கும்போது என்னைக் கொல்லப் பார்த்தார். எங்கள் வீட்டில் இருந்த கமராதான் அவளைப் பிடித்துக் கொடுத்தது. இப்போ ஜெயிலுக்குள் கம்பி எண்ணிக் கொண்டிருக்கின்றார்.”

டேவிட்டின் கதை பேச்சு எல்லாம், அவருக்குச் சம்பந்தமில்லாமல் வினோதமாக இருப்பதை உணர்ந்தான் சிறீபாலன்.

“இன்று காலை இங்கு நடந்த கூத்தைக் கேளுங்கள். ஆசிய நாட்டுப் பெண்ணாகத்தான் இருக்க வேண்டும். உங்கள் நிறம் தான் அவருக்கும். திடீரென்று கூக்குரல் போட்டபடி மைக்கிறோவேவை நிலத்தில் போட்டு உடைத்தார். ரெலிவிஷனை நொறுக்கினார். அவரைத் தனித்த அறைக்குள்

போட்டுவிட்டார்கள். அவர் செய்த காரியம் என்ன தெரியுமோ? தன்னுடைய உடுப்புகளை எல்லாம் கிழிச்சு எறிஞ்சுபோட்டு தன்னைத் திறந்துவிடும்படி சத்தமிட்டார், ஒன்றும் பயனில்லாது போக தனது மலத்தை எடுத்து கமராவிற்கு வீசி எறிந்தார். அறை முழுவதும் துர்நாற்றம் அடிக்கும் வண்ணம் ஜன்னல்கம்பிகள் எல்லாவற்றிலும் பரவிப் பூசினார். எனக்கு ஒரே புளுகம். இஞ்சை இருக்கிற எல்லாக் கமராக்களுக்கும் இப்பிடி எறியவேணும்" சொல்லிவிட்டுக் கெக்கட்டம் போட்டுச் சிரித்தார் டேவிட். பின் சிறீபாலனைக் கூர்ந்து பார்த்து, அவர் கோபப்படவில்லை என்பதை ஊகித்துக்கொண்டு மீண்டும் சிரிக்கத் தொடங்கினார்.

அவரின் சிரிப்புச் சத்தம் கேட்டு உள்ளேயிருந்த பெண் தாதி வெளியே வந்து எட்டிப் பார்த்தார்.

"டேவிட் எப்பிடி வெளியிலை போனனீங்கள். எங்களுக்குச் சொல்லாமல் வெளியிலை போகக்கூடாது என்று எத்தனை தடவைகள் சொல்லிப்போட்டம். நல்ல காலம். உங்கள் மனைவி இன்னும் வரவில்லை. கெதியில் உள்ளுக்குப் போங்கள்" திட்டியபடி டேவிட்டை உள்ளே கலைத்தார் அவர்.

"மனைவி ஜெயிலுக்குள் என்று சொன்னாரே!" தாதியிடம் கேட்டான் சிறீபாலன்.

"என்ன செய்வது? எல்லாருடைய கதையையும் கேட்கச் சோகமாகத்தான் இருக்கின்றது. டேவிட்டும் மனைவியும் பல வருடங்களுக்கு முன்னரே விவாகரத்து செய்தவர்கள். பாவம் அந்தப் பெண்மணி. டேவிட்டிற்கு இப்படியாகப் போனதன் பின்னர் திரும்பவும் அவருடன் வந்து இணைந்திருக்கின்றார். அடிக்கடி இங்கே வந்து டேவிட்டைப் பார்த்துச் செல்வார்."

அவர் சொல்லிக் கொண்டிருக்கும்போது, உமா இரண்டு பெண் தாதியர்களின் நடுவே ராணி போல வந்துகொண்டிருந்தாள். அவர்கள் பின்னாலே சற்றுத் தூரத்தில் டாக்டர் தன் ஸ்டெதஸ்கோப்பைச் சுழட்டியவாறே விரைந்து வந்துகொண்டிருந்தார்.

உமா சிறீபாலனைக் கண்டுவிட்டாள். சிறீபாலன் கரையில்

ஒதுங்கி நின்று உமாவின் வரவை எதிர்பார்ப்பதை தாதிமார்களும் புரிந்து கொண்டார்கள். அண்மித்ததும்,

"எப்பிடி இருக்கின்றீர்கள்? சுகனும் பரதனும் ஸ்கூலுக்கு ஒழுங்கா போறான்களா? இன்னும் இரண்டு கிழமையிலை வீட்டிற்குப் போய்விடலாம் என்று டொக்ரர் சொன்னவர்" உமா சிறீபாலனைக் கட்டித் தழுவி குதூகலத்துடன் சொன்னாள்.

அவளின் உடல் சுகந்தம் வீசியது. தலைமயிரின் 'பன்ரீன் புறோபீன்' வாசம் நறுமணவட்டம் எழுப்பியது. குளித்து முழுகி உடல் எங்கும் ஸ்பிறே சிவிறி ஒரு மகாராணியைப் போல நின்றாள். வீட்டில்கூட இப்படி அவள் இருந்தது கிடையாது.

டாக்டர் சிறிது நேரத்தில் சிறீபாலனைச் சந்திப்பதாகக் கூறிச் சென்றார்.

"சாப்பாட்டைக் கவனியுங்கோ. வேலைக்கு ஒழுங்காப் போய் வாருங்கோ. என்னைப்பற்றி ஒன்றுக்கும் ஜோசிக்க வேண்டாம். இன்னும் கொஞ்ச நாளில் வீட்டிற்கு வந்துவிடுவேன்" விடைபெற்றாள் உமா. சிறீபாலனிற்கு எல்லாமே வியப்பாக இருந்தது.

டேவிட் சொல்லிச் சென்ற ஆசியநாட்டுப் பெண், சிறீபாலனின் மூளைக்குள்ளிருந்து வெளியே எட்டிப் பார்த்தாள். அவன் சொன்னவற்றுள் எது உண்மை, எது பொய் என்று சிறீபாலனின் மனம் அசை போட்டது.

சிறிது நேரத்தில் வைத்தியரிடமிருந்து சிறீபாலனுக்கு அழைப்பு வந்தது.

"உமாவில் சிறிது சிறிதாக முன்னேற்றங்கள் தெரிகின்றது. இப்போது மருந்துகள் சாப்பிடுகின்றார். ஷொக் றீற்மன்ற் தேவையில்லை என நினைக்கின்றேன்" வைத்தியர் சொல்லிக்கொண்டிருக்கும்போது இடைமறித்தான் சிறீபாலன்.

"டொக்ரர் உமாவை முற்று முழுதாகக் குணப்படுத்த முடியாதா?"

சிறீபாலனின் கேள்விக்கு வைத்தியர் புன்முறுவல் செய்தார்.

“நீங்கள் அறாறட் (Ararat) என்ற இடத்தில் இருக்கும் புத்தி சுவாதினமுற்றவர்கள், பைத்தியங்கள் தங்கும் விடுதியைப்பற்றிக் கேள்விப்பட்டிருக்கின்றீர்களா?

மெல்பேர்ணில் இருந்து இருநூறு கிலோமீட்டர்கள் தூரத்தில்தான் இந்தக் காப்பகம் இருக்கின்றது. 130 வருடங்களில் 13,000 இறப்புகள் இங்கே நடந்திருக்கின்றன என்று சொன்னால் ஆச்சரியமாக இருக்கும் அல்லவா? நோயாளிகள் மாத்திரமின்றி அவர்களின் உறவினர்கள், காவலாளர்கள், வேலை செய்பவர்கள்கூட அங்கே இறந்திருக்கின்றார்கள். 1998 ஆம் ஆண்டுவரை இந்த விடுதி இயங்கியிருக்கின்றது. முன்பெல்லாம் வைத்தியசாலையில் இவர்களுக்கென்று தனிப்பிரிவு இருந்ததில்லை. எல்லோரும் இந்தக் காப்பகத்துக்குள்தான். இப்போது தொழில்நுட்பமும் எவ்வளவோ முன்னேறிவிட்டது. இந்தவகை நோயாளர்களும் அதிகரித்துவிட்டார்கள்.”

வைத்தியர் சிறீபாலனின் கேள்விக்கு பதில் தராமல் சுற்றி வளைத்து எதோ சொல்லிக் கொண்டிருந்தார். சொல்பவற்றில் பதிலைக் கண்டுபிடிக்கும் பொறுப்பை சிறீபாலனிடம் விட்டுவிட்டார்.

“இன்று காலை வேலைக்கு வந்து அரைமணி நேரத்திற்குள் ஒருவர் வீட்டிற்குத் திரும்பிவிட்டார். காரணம் முகநூல். முகநூலில் யாரோ அவரைப்பற்றி அவதூறாக எழுதிவிட்டார். அதைத் தாங்கிக் கொள்ளும் பக்குவம் இல்லாமல், தொடர்ந்து வேலை செய்ய முடியாமல் இருந்ததால் லீவைப் போட்டுவிட்டுப் போய்விட்டார். வேலை செய்யுமிடங்களில் இவற்றைப் பாவிக்காதீர்கள் என்று சொன்னாலும் சிலர் கேட்பதாகவில்லை.”

“டொக்ரர்...! முகநூல், ருவிட்டர் மூலம் சமீபத்தில் இந்தியாவில் ஏற்பட்ட வெள்ள அனர்த்தத்தில் அகப்பட்டவர்களை மீட்டெடுத்து காப்பாற்ற முடிந்திருக்கின்றதே!” சிறீபாலன் மறுத்தான் போட்டான்.

“உண்மைதான்... அதனால்தான் - எதையும் தாங்கும் தைரியம் இல்லாதவர்கள், நவீன தொழில்நுட்பம் கொண்ட கருவிகளை

பாவிக்காது தவிர்த்துவிடுதல் நல்லது என்று சொல்லி வருகின்றேன். உங்களுக்கு ஒன்று தெரியுமா? ரஷ்சியாவில் உயர் ரகசியங்களைப் பேணும் இடங்களில் எல்லாம் இப்போது இந்தவகை தொழில்நுட்ப சாதனங்களைப் பாவிப்பதில்லை. தட்டச்சு செய்வதற்குக்கூட கொம்பியூட்டர் பாவிப்பதில்லை. பழைய டொக்குடா ரைப்றைட்டர்தான்."

தொடர்ந்தார் வைத்தியர், "நாங்கள் இங்கே நோயாளிகளுக்கு மருந்து மாத்திரைகள் மாத்திரம் கொடுப்பதில்லை. நம்பிக்கையூட்டும் விதத்தில் அவர்களுடன் உரையாடுகின்றோம். அதன் தொடர்ச்சியை நீங்களும் செய்தல் வேண்டும். சமூகத்தில் இதைப்பற்றிய விழிப்புணர்ச்சியைப் பரவச் செய்யுங்கள். உமா விரைவில் வீடு வந்துவிடுவார். இனி அவரைப் பின்தொடரும் டாக்டர் நீங்கள் தான்."

சிறீபாலனுக்கு நம்பிக்கை பிறக்கின்றது.

வீட்டிற்குச் சென்றதும் முதல் வேலையாக உமாவின் அந்தப் பிசாசு பிடித்த ஸ்மாற்போனைத் தேடினான். எங்கு தேடியும் அதனைக் கண்டுபிடிக்க முடியவில்லை. அதற்கொரு 'மிஸ்ட் கோல்' கொடுத்துவிட்டு தனது காதுகளை முயல்போல் விரித்து ஊன்றிக் கேட்டான். உமாவின் தலையணை உறைக்குள் சத்தம் எழுந்தது. அதனை ஒரு துணியினால் எடுத்து ஒரு பொலித்தீன் பைக்குள் போட்டு பேப்பரினால் சுற்றி பத்திரப்படுத்திக் கொண்டான்.

மறுநாள் வேலைக்குச் செல்லும்போது காரை 'யாறா' ஆற்றுக்கு அண்மையாக நிறுத்தினான். தலையைச் சுற்றி உமாவின் போனை மூன்றுதடவைகள் வட்டம் போட்டுவிட்டு தண்ணீருக்குள் எறிந்தான். குமுறிக்கொண்டிருந்த 'யாறா' நதி, 1400 டொலர்கள் பெறுமதிவாய்ந்த அந்த ஸ்மாற்போனை உள்வாங்கிக் கொண்டது.

மறுகணம் சிறீபாலனின் பொக்கற்றுக்குள்ளிருந்த அவனது ஸ்மாற்போன் அலை அலையென ஓசை எழுப்பியது. ஸ்மாற்போனைத் தூக்கிப் பார்த்த சிறீபாலன் பதறிப்

போய்விட்டான். அந்த ஸ்மாற்போனில் அவன் கண்ட காட்சி அவனை அசரப் பண்ணியது. இது என்ன விபரீதம்? தனது போனை எறிவதா வைத்திருப்பதா என்று தலையைப் பிய்த்தபடி நின்றான்.

○

ஞானம் நடத்திய செம்பியன் செல்வன் சிறுகதைப்போட்டி
(2வது பரிசு, 2018)

ஞானம் (தை, 2019)

கணையாழி (பங்குனி, 2019)

பாம்பும் ஏணியும்

சனசந்தடியான நாற்சந்தி. சந்தியிலிருந்து தெற்குப்புறமாக நாலைந்து கடைகள் தாண்டினால் 'பிறின்சஸ் றெஸ்ரோரன்' வரும். சுமாரான கடை. ஜனகன் பெரும்பாலான நாட்களில் தனக்குத் தேவையான உணவை அங்குதான் எடுத்துச் செல்வான்.

'பிறின்சஸ்' என்று குறிப்பிட்டுச் சொல்லும்படியாக அங்கு யாரும் வேலை செய்வதாகத் தெரியவில்லை. ஒரு வயது முதிர்ந்தவர் திருநீற்றுப்பூச்சுடன் பக்திப்பாடல்களை முணுமுணுத்தபடி கல்லாவில் இருப்பார். அவரின் மனைவியும், கூடமாட எடுபிடி வேலை செய்யும் ஒரு பையனும் அங்கே இருப்பார்கள். சமையல் அறைக்குள் யார் யாரெல்லாம் இருப்பார்கள்?

சமீப நாட்களாக குசினிக்குள் வேலை செய்யும் ஒருவர், மறைவாக ஒழித்து நின்று ஜனகனைப் பார்க்கின்றார். ஜனகனும் அதை அறிவான். கண்களைப் பார்த்தால் பெண்போல இருக்கின்றாள். ஒருபோதும் நேரில் கண்டதில்லை.

ஜனகன் கம்பீரமான உயர்ந்த இளைஞன். கூரிய மூக்கு. அளவாக வெட்டப்பட்ட மீசை. ஸ்ரைல் கண்ணாடி. பார்த்த மாத்திரத்தில் எல்லோரையும் கவர்ந்திழுக்கும் தோற்றம். எப்போதும் அயன் செய்யப்பட்டு மடிப்புக் குலையாத ஆடை. சமயத்தில் தருணத்திற்கேற்றபடி நகைச்சுவையை அள்ளி

வீசுவான். கல்லாவில் இருக்கும் முதியவருடன் அடிக்கடி பேச்சுக் கொடுப்பான். கொஞ்சம் அரசியல், கொஞ்சம் சினிமா.

இன்று காலை கடையில் அலுவலை முடித்துக் கொண்டு வெளியேறுகையில் அவனுக்கு ஒரு அதிசயம் காத்திருந்தது.

கசக்கி எறியப்பட்ட கடதாசித் துண்டு ஒன்று அவன் கால் முன்னே வந்து விழுந்தது.

குப்பைக்கூடைக்குள் அதை எறியப்போனவன், ஏதோ ஒரு யோசனை வந்ததில் அதைப் பிரித்துப் பார்த்தான்.

"நீங்கள் தனியாகவா இருக்கின்றீர்கள்?" என அதில் எழுதி இருந்தது.

ஜனகனின் மனம் குழம்பியது. குரங்கு போலக் கும்மியடித்தது. அன்று அவனால் ஒழுங்காக வேலை செய்யமுடியவில்லை. வீட்டிற்கு வந்தால் உறங்க முடியவில்லை. இதற்கு என்ன பதில் சொல்வது? பெண்ணை நேரில் பார்க்காமல் எப்படி?

அது எப்படி ஒருநாளும் சந்திக்காமல் கதைக்காமல் "நீங்கள் தனியாகவா இருக்கின்றீர்கள்?" என்று கேட்க முடியும். ஜனகனின் மனம் புழுவாய்க் குடைந்தது. ஒருவேளை முதலாளியுடன் கதைப்பதை வைத்துக் கொண்டு தன்னை நல்ல ஆண்மகன் என அவள் முடிவெடுத்திருக்கலாம்.

இருப்பினும் அடுத்தநாள் காலை கடை திறப்பதற்கு முன் காத்திருந்து அந்தப் பெண்ணைப் பார்த்துவிடலாம் என முடிவு செய்தான் ஜனகன். எதிர்ப்புறக் கடையில் ஒளித்திருந்தான்.

கடை முதலாளி காரை கடை முகப்பில் நிறுத்துகின்றார். முதலாளி அம்மாவும் ஒரு பெண்ணும் காரில் இருந்து இறங்குகின்றனர். ஏதோ சில பொருட்களை இறக்குகின்றனர். முதலாளி அவர்களுடன் ஏதோ கத்திக் கதைத்துவிட்டு காரைப் பின்புறமுள்ள தரிப்பிடம் நோக்கிச் செலுத்துகின்றார்.

அந்தப் பெண் பதட்டமடைந்தவளாக திரும்பி சுற்றுமுற்றும் பார்த்தாள். தரிசனம் கிடைத்தது. ஜனகன் எதிர்பார்த்ததைவிட அழகாக இருந்தாள். மெல்லிய அந்தப் பெண் அவர்களின் மகளாக இருக்கலாம். அவளே பிறின்சஸ் என்று ஜனகனின் மனம் அடித்துச் சொன்னது.

ஜனகன் வீட்டிற்கு அரக்கப்பரக்க ஓடினான். மேல் ஆடையைக் கழற்றிவிட்டு ரி சேட் ஒன்றை மாட்டினான். அதன் முன்னும் பின்னும் கொட்டை எழுத்தில் '*Yes*' என்று எழுதி இருந்தது.

அந்த ரி சேட்டிற்கு பலன் கிட்டியது. அன்று விழுந்த பேப்பரில்:

'நான் ஆபத்தில் சிக்கியுள்ளேன். இவர்கள் என்னைத் தினமும் சித்திரவதை செய்கின்றார்கள், துன்புறுத்துகின்றார்கள். உங்களால் எனக்குப் பாதுகாப்புத் தர முடியுமா? பதிலை கடை வாசலில் உள்ள பூச்சாடியின் கீழ் வைக்கவும்.'

நான்கு நாட்களின் பின்பு இந்த விளையாட்டு ஒரு முடிவுக்கு வந்தது.

ஒருநாள் காலை முதலாளியின் கார் வரும் திசைக்கு எதிராக ஜனகன் தனது காரை நிறுத்தி வைத்திருந்தான். அந்தப்பெண் காரை விட்டு இறங்கியதும், குறுக்காக ஓடி தயாராக நின்ற ஜனகனின் காருக்குள் ஏறிக் கொண்டாள். கார் விர் எனக் கிழம்பி ஓடத் தொடங்கியது.

O

காரின் பின் கதவைத் திறந்து ஏற முற்பட்ட அவளை, ஜனகன் முன்னால் வந்து ஏறும்படி கத்தினான். கார் மெதுவாக நகரும்போதே அவள் முன் கதவை இழுத்துத் திறந்து தாவி ஏறினாள்.

"உங்கள் பெயர்?" முதன் முதலாக ஜனகன் அவளின் பெயரைக் கேட்கின்றான்.

"சிவானி.... நீங்கள்?"

"நான் ஜனகன்."

"நாங்கள் இப்போது எங்கே போய்க் கொண்டிருக்கின்றோம்?" ஓடிவந்த களைப்பில் சிவானிக்கு மூச்சு இரைந்தது.

"உமக்கு முதல்ல நாலு நாட்கள் ஹோட்டல் எடுத்து வைச்சிருக்கிறன். அதுக்குப் பிறகு றென்றுக்கு வீடு ஒண்டு பாக்கலாமெண்டிருக்கிறன். தூரமா எடுத்தா உமக்கு நல்லாய் இருக்கும்" சொல்லியபடி ஸ்ரியரிங் வீலில் இருந்த தனது

இடது கையை எடுத்து அவளின் வலதுபுற மணிக்கட்டில் வைத்து அழுத்தினான். சிவானி அதற்கு ஒன்றும் சொல்லாமல் ஜனகனை நிமிர்ந்து பார்த்தாள். கார் ஒரு தடவை ஆட்டம் கண்டு பின்னர் நெடுஞ்சாலையில் வேகமெடுத்து ஓடியது. ஹோட்டல் போய்ச் சேரும் வரைக்கும் அவர்கள் இருவரும் அதன்பின்னர் ஒன்றுமே பேசிக் கொள்ளவில்லை.

ஹோட்டலின் கீழ் உணவருந்திவிட்டு, திறப்பை எடுத்துக் கொண்டு அறைக்குப் போனார்கள். இவ்வளவு காலமும் புளிச்ச தோசையும் இட்டலியும் சாப்பிட்ட சிவானிக்கு ஹோட்டல் உணவு வினோதம் காட்டியது.

"இனி உங்கள் கதையைச் சொல்லுங்கள்" என்றான் ஜனகன். அவள் மெல்ல அழத் தொடங்கினாள். அழுது அழுது தன் கதை சொன்னாள்.

|என்னுடைய அப்பாவும் அண்ணாவும் 2009 இலை நடந்த யுத்தத்திலை காணாமல் போச்சினம். அப்ப நான் யாழ்ப்பாணப் பல்கலைக்கழகத்தில இறுதியாண்டு படிச்சுக் கொண்டிருந்தனான்.

அம்மா ஸ்கூல் ரீச்சர் எண்டபடியாலை கஸ்ரப்பட்டு உழைச்சு என்னைப் படிப்பிச்சா. அப்பாவும் அண்ணாவும் போராளிகளாக இருந்தபடியாலை ஆமி அடிக்கடி வந்து அம்மாவைத் தொந்தரவு செய்தார்கள். அம்மா ஒருநாள் தற்கொலை செய்திட்டா.

அம்மாவின்ரை மூத்த அண்ணா கணேசலிங்கம் மாமாதான் 'பிறின்சஸ் றெஸ்ரோரன்' ஓனர். அவர்தான் கடையிலை நிக்கிறவர். அம்மா செத்தாப்பிறகு அவர்தான் எனக்கு ஸ்பொன்சர் செய்து இஞ்சை கூப்பிட்டவர்.

சிவானியின் கதையைக் கேட்ட ஜனகனுக்குக் கவலை வந்தது. காட்டிக் கொள்ளவில்லை.

அதன் பின்னர் இருவரும் சொப்பிங் சென்ரர் சென்று, சிவானிக்குத் தேவையான உடுப்பு முதல் சகலதும் வாங்கிக்

கொண்டார்கள்.

மீண்டும் ஹோட்டல் சென்று சிவானியை இறக்கிவிட்டு ஜனகன் புறப்படும்போது,

“அப்ப நீங்கள் இங்கே தங்கமாட்டீர்களா?” என்று ஏக்கமாகக் கேட்டாள் சிவானி.

“பாதுகாப்புத் தர முடியுமா என்றுதானே கேட்டீர்கள். தந்து விட்டேன். அவுஸ்திரேலியாவில் சகல மனிதரும் பாதுகாப்பாக வாழ முடியும்.

அடிக்கடி உங்களை வந்து பார்க்கின்றேன்.

நீங்கள் சிறிது காலம் மறைந்து வாழ்ந்தால் நல்லது என நினைக்கின்றேன்.

நீங்கள் முதலில் உங்கள் உறவினருக்கு ஒரு கடிதம் எழுதித் தாருங்கள். நான் போகும்போது போஸ்ற் பண்ணி விடுகின்றேன்.”

சிவானி பேனைய எடுத்ததும் அவள் கைகள் நடுங்கின. அந்த நடுக்கத்தில் எழுத்துகள் கோணல் மாணலாக கடிதத்தில் விழுந்தன.

“நீங்கள் இதுவரை எனக்குச் செலவழித்த பணம் அத்தனையையும் கூடிய விரைவில் தந்துவிடுவேன். என்னை இங்கு அவுஸ்திரேலியாவிற்குக் கூப்பிட்டு விட்டதற்கு மிகமிக நன்றி. என்னைத் தேட வேண்டாம். நான் எனக்குரிய வழியில் செல்கின்றேன்.” கடிதத்தைப் புரிந்துகொள்ள ஜனகன் திண்டாடினான்.

ஜனகன் போகும்போது புதிதாக வாங்கிய ஒரு ‘சம்சுங்’ போனை சிவானியின் கைகளிற்குள் பொத்தித் திணித்தான்.

“ஏதாவது தேவை என்றால் இந்த நம்பருக்கு அடியுங்கோ” தனது நம்பர் எழுதிய துண்டொன்றையும் சிவானியிடம் கொடுத்தான்.

சிவானி அந்தத் துண்டை வாங்கும்போது அவனது கையைப் பிடித்து, “நான் உங்களை விரும்புகின்றேன்” என்றாள்.

“அதெப்படி ஒரே நாளில் இப்படி ஒரு முடிவெடுத்தீர்கள்?” கேட்டான் ஜனகன்.

“ஒரு நாளல்ல. ஆறுமாசமா நான் உங்களைக் கடைக்குள்ளிருந்து மறைவாகப் பார்த்து வந்திருக்கின்றேன்.”

“ஓ.... அப்பிடியா? ஆனால் இன்றுதானே உங்களை நான் நேரில் பார்க்கின்றேன். போகப் போக எனக்கும் உங்களைப் பிடிக்கும்.

நான் அகதியாக இந்த நாட்டுக்கு வந்தனான். எனக்கு நிறையப் பொறுப்புகள் இருக்கின்றன. நான் இப்ப மூண்டு இடங்களிலை இரவு பகலா வேலை செய்யிறன். அப்படி வேலை செய்யிறதாலைதான் என்னாலை சமாளிக்க முடியுது. என்னைப் போல நாலைஞ்சு பேர் சேர்ந்து வீடு ஒண்டு வாடகைக்கு எடுத்து இருக்கிறம்.” ஜனகன் தன் கதை சொல்ல, சிவானி வாய் பிளந்து அவன் சொல்வதையே பார்த்துக் கொண்டிருந்தாள்.

என்னதான் இருந்தாலும் சிவானியின் கடிதமும், கள்ளம் கபடமில்லாச் சிரிப்பும் ஜனகனை அன்று முழுவதும் விரட்டியடித்தபடி இருந்தது. அவனது பாழும் மனதை உலுப்பியது. அன்று மாலை ஆறுமணியாவதற்குள் சிவானியின் றூமிற்கு முன்னால் நின்று அவளுக்கு ரெலிபோன் செய்தான்.

“சிவானி... இன்று இரவு நான் உன்னுடன் தங்குகின்றேன்.”

அறைக்குள் சிவானி பதட்டத்தில் ரெலிபோனைப் போட்டடிக்கும் சத்தம் வெளியே நின்ற ஜனகனின் காதிற்குள் விழுந்தது. சற்று நேரத்தில் கதவு திறந்தது.

○

சிவானி தன் வாழ்நாளில் ஹோட்டலில் ஒருபோதும் இருந்ததில்லை. அவளுக்கு எல்லாமே வியப்பாக இருந்தது. நறுமணம் கமழும் படுக்கை விரிப்புகள், நேரத்திற்கு சாப்பாடு, ரெலிவிஷன் என எத்தனை வசதிகள்.

இன்று ஜனகன் வர முடியாது என்று ஏற்கனவே சொல்லியிருந்தான்.

ஹோட்டலின் ஜன்னலைத் திறந்து வெளியே பார்க்கின்றாள். இரவு எங்குமே மின்குமிழ்கள் வர்ண ஜாலத்தில் வெளிச்சமிடுகின்றன. இயந்திரமாகிப்போன மனிதர்கள் தங்கள் பாட்டில் பரபரப்பாக நடமாடுகின்றார்கள். நகரம் கோலாகலமாக விழாக்கோலம் பூண்டது போல் இருக்கின்றது. என்னதான் இருந்தாலும் தனியாக இருப்பதற்கு சிவானிக்குப் பயமாக இருந்தது.

ஜன்னலை மூடிவிட்டு தொப்பென்று கட்டிலில் விழுந்தாள். மேலே ஃபான் சுழன்றடித்துக் குளிர்காற்றை வாரி இறைக்கின்றது. அதிலே நாக்குத் தொங்கியபடி ஒரு உருவம் சுற்றுவது போன்ற பிரம்மை. அம்மா! விக்கித்துப் போனாள். மின்விசிறியையும் லைற்றையும் அணைத்துவிட்டுப் போர்வைக்குள் ஒதுங்கினாள். எல்லாச் சம்பவங்களும் ஒவ்வொன்றாக வந்து அவளைத் துன்புறுத்தின.

சொந்த ஊரை விட்டு இடம்பெயர்ந்ததன் பின்னர்தான் அப்பா இயக்கத்திற்குப் போனார். அதன்பின்னரும் சிவானி அங்குள்ள பள்ளியில் படித்துக் கொண்டிருந்தாள். அண்ணா படிப்பைக் குழப்பிவிட்டான். ஆனாலும் தங்கைக்குப் பாதுகாப்பாக பின்னுக்கும் முன்னுக்கும் சுழன்றடித்துக் கொண்டு திரிந்தான். பள்ளிக்கு சைக்கிளில் சிட்டாகப் பறந்து போகும்போது பின்னாலே நின்று பார்த்துக்கொண்டு நிற்பான். சிலவேளைகளில் தானும் பின்னால் சைக்கிளில் வந்து சிவானியை வழியனுப்பி வைப்பான். அம்மாவும் அவனைப் படி என்று வற்புறுத்தவில்லை.

“நாளைக்கு கலியாணம் செய்து புருஷனோடை போகேக்கை, நீயும் பின்னாலே அங்கை போய் குந்தியிருந்து அவளைக் கவனிக்கப் போறியா?” என்று அம்மா கிண்டல் செய்வார்.

அவர்கள் அங்கிருந்தும் இடம்பெயரவேண்டி வந்தது. அந்த இடம்பெயர்வின்போது அண்ணாவும் அவர்களைவிட்டுப் பிரிந்துவிட்டான்.

2009 யுத்தத்தின் பின்னர் அப்பாவும் அண்ணாவும் என்ன

ஆனார்கள் என்று ஒருவருக்கும் தெரியவில்லை. எட்டு வருடங்கள் கடந்துவிட்டன.

எல்லாம் முடிவடைந்து - ஒருநாள் மெல்பேர்ண் எயாப்போர்ட்டில் அதிகாலை நான்குமணியளவில் கால் பதித்தாள் சிவானி. கணேசலிங்கம் மாமாவும் மாமியும் வந்திருந்தார்கள். பிள்ளைகள் வரவில்லை. நேரடியாக தனது வீட்டிற்குள் கொண்டுவந்து அடைத்துவிட்டார். அதன் பின்னர் நான்கு சுவர்களுக்குள் குண்டுவெடிப்புகளின் சத்தம் இல்லாத உறக்கமும், நேரத்திற்குச் சாப்பாடும், றெஸ்றோறன்ரில் சட்டி பானைகளுடன் போராடும் வேலையும் கிடைத்தது. வீட்டையும் வேலை செய்யுமிடத்தையும் தவிர அவுஸ்திரேலியாவில் வேறொன்றையும் அறியாள்.

பல்கலைக்கழகம் சென்று பட்டப்படிப்பு முடித்த அவளுக்கு, குசினிக்குள் ஒரு வேலை போட்டுக் கொடுத்து சிறைபடுத்தி விட்டார் மாமா.

இலங்கையில் 2009 நடந்த யுத்தத்தின்போது பட்ட கஸ்டங்கள் கொஞ்சநஞ்சமல்ல. ஷெல் அடிக்கும் குண்டுத்தாக்குதலுக்கும் பயந்து உயிரைக் காப்பாற்ற, தினம் இரவு பகலாக ஊன் உறக்கமின்றி ஊர் ஊராக ஓடிய ஓட்டம். உறங்குவதற்குக் கூட அப்பொழுது நேரம் இருக்கவில்லை. இப்பொழுது நிம்மதியான வாழ்க்கை கிடைத்தபோது மனதிற்கு ஆறுதலாக இருந்தது. ஆனால் அதுவே நிரந்தரமானபோது பயம் தொற்றிக் கொண்டது.

ஹோட்டலில் தங்கியிருந்த நாலு நாட்களில், இரண்டு நாட்களை சிவானி ஜனகனுடன் பங்கிட்டுக் கொண்டாள். அதன்பின்னர் இரண்டு அறைகள் கொண்ட வீடு ஒன்றை 'பலறாற்' என்னும் இடத்தில் வாடகைக்கு எடுத்து சிவானிக்குக் கொடுத்தான் ஜனகன்.

வீடு மாறியபோது மீண்டும் சிவானியை சொப்பிங்சென்ரர் கூட்டிச் சென்றான் ஜனகன். றொலியைத் தள்ளியபடி வீட்டுக்குத் தேவையான பொருட்களை ஒவ்வொன்றாகத்

தூக்கி றொலிக்குள் போட்டான் ஜனகன். சொப்பிங்சென்ரர் எங்கும் சுகந்தம் வீசியது.

"ஊரில் என்றால் கருவாட்டு நாற்றமடிக்கும்" என்றாள் சிவானி.

ஜனகன் ஏதோ ஒன்றை எடுத்து, தான்தான் அதைக் கண்டுபிடித்தது போல, சிவானிக்குத் தூக்கிக் காட்டினான். பின் குனிந்து அவளின் காதிற்குள் கிசுகிசுத்துவிட்டுச் சிரித்தான். அவளும் தான் அதை வாழ்நாளில் காணாதது போல வெகுளிப்பெண்ணாகச் சிரித்தாள்.

"நீர் ஒரு வேலை எடுக்கும் மட்டும், நான் உமக்கு உதவி செய்யிறன்" என்று சொன்ன ஜனகனைப் பார்த்து,

"எப்போது என்னைத் திருமணம் செய்வீர்கள்?" என்று கேட்டாள்.

"காசு சேக்க வேணும். என்ரை குடும்பத்தையும் பாக்க வேணும். இந்த நாட்டுக்கு என்னைக் களவாக அனுப்பி வைத்த ஏஜெண்டிற்குக் காசு குடுக்க வேணும். காலம் வரட்டும்" இப்படிப் பல காரணங்களை ஒன்றன்பின் ஒன்றாக அடுக்கினான் ஜனகன்.

"எப்போது என்னைத் திருமணம் செய்வீர்கள்?" அவள் கேட்டுக் களைத்துப் போனாள்.

சிவானி, ஜனகனை தன்னுடன் வந்து இருக்கும்படி சொல்கின்றாள். ஆனால் ஜனகன் நண்பர்களை விட்டுப் பிரிய முடியாது எனவும்- இடைக்கிடை வந்து தங்கிச் செல்வதாகவும் சொன்னான்.

○

புதிய வீடு... புதிய கிராமம்... புது வாழ்க்கை.

தனிமை அவளை வாட்டியது. குண்டுச்சத்தங்கள் இல்லாமல் நிம்மதியாக உறங்க முடிந்தாலும் பழைய நினைவுகள் அவளைத் துரத்தின.

ஆரம்பத்தில் தேன் நிலவாகக் கழிந்த அவர்கள் இருவரினதும் காதல் வாழ்க்கை, நாளாக நாளாக இப்போது பிச்சுப் புடுங்கல்களாகத் தொடங்குகின்றது.

கலியாணம் என்றவுடன் பொறுமை காத்த ஜனகன், சினம்

கொள்ளத் தொடங்கினான். அவர்களிடையே மெதுவாக விரிசல் விழத் தொடங்கியது.

அவுஸ்திரேலியா வந்ததன் பிற்பாடு முதன்முதலாக சிவானி கல்வி பயிலச் சென்றாள். ஆங்கில வகுப்பு, தாதி வேலை செய்வதற்கான ஆரம்பக்கல்வி என வகுப்புகளுக்குப் போகத் தொடங்கினாள். தனக்கு அண்மையான சில இடங்களில் தற்காலிகமாக வேலை செய்து பணம் சேர்த்தாள். இவை எல்லாம் ஜனகனுக்குப் பிடிக்கவில்லை.

சிவானிக்கு கார் ஓடிப்பழக விருப்பம் இருந்தது. இந்தா ஒழுங்கு செய்கின்றேன், அந்தா ஒழுங்கு செய்துவிட்டேன் என புருடா விட்டான் ஜனகன். உண்மையில் சிவானிக்கு உலகத்தில் ஒன்றும் தெரிந்திருக்கக் கூடாது என்றே ஜனகன் விரும்பினான், மொக்குத்தனமாக தான் சொல்வதை எளிதில் நம்பும்படியாக இருக்க வேண்டும் என்ற விருப்பம்தான் ஜனகனிடம் இருந்தது.

அவுஸ்திரேலியா வந்ததும், கணேசலிங்கம் மாமா நேரடியாக கடைக்குள் கொண்டுவந்து சிவானியை குசினிக்குள் அடைத்துவிட்டார். ஜனகன் நல்லது செய்கின்றேன் என நடித்து இங்கே ஒரு வீட்டிற்குள் அடைத்துவிட்டான்.

சிவானிக்கு சிறிது சிறிதாக ஜனகன் மீது சந்தேகம் வரத் தொடங்கியது. தனது உடலின் மீது காட்டும் கரிசனை, வேறு எதனிலும் இல்லாதது கண்டு கவலை கொண்டாள். ஆரம்பத்தில் உணர்வு மேலீட்டால் எதற்கும் இடம் கொடுத்த சிவானி, பின்னர் தன் தவறை உணர்ந்து அதனின்றும் விடுபட நினைத்தாள். தன்னை ஒரு அடிமை போல நடத்துவதை வெகு சீக்கிரத்தில் புரிந்து கொண்டாள்.

“என்னைத் திருமணம் செய்யுங்கள். இல்லாவிடில் என்னைத் தனியாக வாழ விடுங்கள்” என்று ஒருநாள் சிவானி கெஞ்சியபோது, மிருகம் போல சீறிப் பாய்ந்து அவளின் முகத்தில் குத்துகள் விட்டான்.

குடித்துவிட்டு வெற்றுப் போத்தல்களை அவள் மீது உருட்டி விளையாடுவதும் உதைப்பதுமாக இருந்தான் ஜனகன். மூர்க்கம் கொண்ட மிருகமாக அவளைச் சில வேளைகளில் மேய்ந்தான்.

எல்லை மீறிப் போன ஒருநாள் அவள் பொலிசிற்குச் சொல்ல எத்தனித்தபோது, அவளின் மொபைல் போனைப் பிடுங்கி நிலத்தில் எறிந்து உடைத்தான். பச்சை மிளகாய் வெட்டி அவளின் உதட்டிற்குத் தேய்த்தான். அன்று முழுவதும் அவள் உதடுகள் இரண்டும் கொவ்வைப்பழம் போல் சிவந்து கிடந்தன.

எதற்குமே அவனிடம் தங்கியிருந்ததால் அவளால் ஒன்றும் செய்ய முடியவில்லை. வீட்டை விட்டு வெளிக்கிடக் கூடாது என்று கட்டளை போட்டான்.

ஜனகன் தினமும் அங்கு வந்து தங்காதது, சிவானிக்கு தப்பிச் செல்லும் எண்ணத்திற்கு வலுச் சேர்த்தது. இருப்பினும் அவன் என் நேரமும் வரக்கூடும் என்ற பயமும் அவளிடம் இருந்தது.

ஒருநாள் குடித்துவிட்டு ரெலிவிஷன் பார்த்துக் கொண்டிருந்தான் ஜனகன். சிவானி நகங்களுக்கு நெயில்பொலிஸ் போட்டுவிட்டு, தனது உடுப்புக்களுக்கு ஸ்திரிக்கை (அயன்) செய்து கொண்டிருந்தாள். போதையில் கிறங்கிக் கிடந்த ஜனகனின் கண்கள் சிவானியை மேய்ந்தன.

“எங்கே உந்த அலங்காரம்? எங்கே போகப் போகின்றாய்?” ஜனகனின் கேள்விக்கு பதில் சொல்லாது தட்டிக் கழித்தாள் சிவானி. எதிர்பாராதவிதமாக பாய்ந்து எழுந்த ஜனகன் ஸ்திரிக்கைப் பெட்டியை அவளிடமிருந்து பறித்து சிவானியின் கை, முதுகு என சூடு போட்டான். வலியினால் கத்தியபடி துவண்டாள் அவள். அவன் கதவை அடித்து மூடிச் சாத்திவிட்டு வீட்டை விட்டு வெளியேறினான்.

அன்று முழுவதும் அவளால் உறங்க முடியவில்லை. ரணத்தினால் துடித்தாள். காலையில் அயலில் உள்ள பொலிஸ் ஸ்ரேசனுக்குச் சென்றாள். நடந்த முழுவதையும் ஒன்றும் விடாமல் தனக்குத் தெரிந்த வகையில் சொல்லி முடித்தாள்.

அவர்கள் சிவானியிடமிருந்து ஜனகனின் தொலைபேசி இலக்கத்தைப் பெற்றுக் கொண்டார்கள். நண்பர்களுடன் தங்கும் இடம் சிவானிக்குத் தெரிந்திருக்கவில்லை. விரைவில் தாங்கள் அவனைக் கைது செய்வதாகவும், அதுவரை பொறுத்திருக்கும்படியும் சிவானியைக் கேட்டுக் கொண்டார்கள்.

அவர்கள் சொன்ன மூன்றாம் நாள் இரவு பதினொரு மணியளவில் மூன்று பொலிஷார் சிவானியின் வீட்டிற்கு அண்மையாகப் பதுங்கி இருந்தார்கள். வேலை முடித்து வீட்டிற்குள் அடியெடுத்து வைக்கும்போது ஜனகனை அமுக்கிப் பிடித்தார்கள். கையில் விலங்கிட்டு வாகனத்தினுள் ஏற்றினார்கள். வீட்டிற்குள் ஒருவன் வந்து சிவானியுடன் சில நிமிடங்கள் கதைத்தான்.

ஜனகன் திருமணமானவன். அவனுக்கு பதினெட்டு, பதினாறு வயதுகளில் இரண்டு பெண் பிள்ளைகள் இருக்கின்றார்கள். அவனின் மனைவி வயது முதிர்ந்தவர்களைப் பராமரிக்கும் ஒரு இடத்தில் வேலை செய்து வருகின்றாள். பொலிஸ் சொல்லச் சொல்ல சிவானியின் தலைக்குள் மின்னல்கள் ஒவ்வொன்றாக இறங்கின.

“நீங்கள் ஒன்றுக்கும் பயப்படாதீர்கள்” சொல்லிவிட்டு வேகமாகச் சென்றான். சிவானி கதவைப் பூட்டிவிட்டு இருக்கையில் அமர்ந்தாள். பெருமூச்சு விட்டுக் கொண்டாள்.

‘ஒரு பெண்ணுக்குச் சொந்த நாட்டிலை மட்டுமில்லை, புலம்பெயர்ந்த நாட்டிலும்தான் பிரச்சினைகள் காத்துக் கிடக்கு’ நினைக்க நினைக்க அவள் தலை வலித்தது.

எத்தனை வீழ்ச்சிகள், எத்தனை ஏற்றங்கள். எத்தனை பாம்புகள், எத்தனை ஏணிகள். இன்று அவள் யாராலும் வீழ்த்திவிட முடியாதவாறு உயரத்தில் நின்று கொண்டிருக்கின்றாள்.

வெளியே பொலிஸ் வாகனம் புறப்பட்டுச் செல்லும் சத்தம் கேட்கின்றது.

○

தமிழ்நாடு முற்போக்கு எழுத்தாளர்கள் கலைஞர்கள் சங்கம் நடத்திய போடிமாலன் நினைவுச் சிறுகதைப்போட்டி (1வது பரிசு, 2018)

செம்மலர் (மார்கழி, 2018)

வீரகேசரி (02.06.2019)

அனுபவம் புதுமை

புரட்டாதி மாதம். சிட்னியில் குளிர் குறையத் தொடங்கிவிட்டது. மாலை நேரம். துவாரகன் தனது நண்பி லோறாவுடன் நியூமன் என்ற நோயாளியைச் சந்திக்கப் போயிருந்தான்.

துவாரகனும் லோறாவும் மருத்துவபீட இறுதிவருட மாணவர்கள். பேராசிரியர் நெயில் றொபின்ஷன் பாடமொன்றின்--- *long integrated population medicine (IPM)---* ஒப்படைக்காக மாணவர்களைப் பல குழுக்களாகப் பிரித்திருந்தார். *Choronic diseases - asthma, cancer, diabetes, heart diseases -* சம்பந்தமான நோயாளர்களை, வருடத்திற்குக் குறைந்தபட்சம் பன்னிரண்டு தடவைகள் நேரில் சந்திக்க வேண்டும். நோயாளியுடன் கலந்துரையாடி குறிப்புகள் எடுக்க வேண்டும்.

இவர்கள் குழுவில் ஜொனதான், அன்டி நூஜ்ஜின், கான், ஜெசிக்கா, லோறா, ஜுவான் என மொத்தம் ஏழு பேர்கள் இருந்தார்கள். விரிவுரைகள் இல்லாத மாலை நேரங்களில் துவாரகனும் லோறாவும் நியூமனைச் சந்திப்பது வழக்கம்.

பெரியதொரு வளவிற்குள் அந்த வீடு தனிமையில் இருந்தது. காரை கேற்றுக்குச் சமீபமாக நிறுத்திவிட்டு கொழுவியிருக்கும் கேற்றைத் திறந்து கொண்டு உள்ளே போனால், முற்றத்திலே சாய்வணைக்கதிரையில் சரிந்தபடி ஆகாயத்தைப் பார்த்துக்

கொண்டு நியூமன் இருப்பார். அவருக்கு எழுபது வயது இருக்கலாம். அந்த முதியவரின் ஒத்துழைப்பு இவர்களுக்கு வியப்பைத் தந்தது. எல்லா நோயாளிகளும் இந்தத் திட்டத்திற்கு உதவிபுரிய முன்வருவதில்லை. நோயின் உக்கிரத்துடன் போராடிக்கொண்டிருக்கும் அவர்கள் தம் எதிர்கால சந்ததியினர் வளமாக வாழச் செய்யும் ஒரு சேவை இது.

கேற்றிலிருந்து வீட்டின் வாசல்வரை செல்லும் பாதையின் இருமருங்கிலும் அழகாக புல் வெட்டப்பட்டிருக்கும். வேலிக்கரையோரமாக அப்பிள், பீச்சஸ் எலுமிச்சை மரங்கள். சாய்வணைக்கதிரைக்குப் பக்கத்தில் ஒரு குட்டி மேசையும், இவர்களுக்கான கதிரைகளும் இருக்கும். மேசைக்குக்கீழே விரிக்கப்பட்டிருக்கும் பொலித்தீன் கடதாசி மீது சில தட்டுமுட்டுச் சாமான்களுடன் நாலைந்து புத்தகங்களும், அன்றைய புதினப்பத்திரிகையும் இருக்கும்.

இன்று நியூமனைக் காணவில்லை. மூன்று கதிரைகள் போடப்பட்டிருந்தன. இவர்கள் தயங்கியபடியே மேசைக்குக் கிட்ட போய் நின்று, சுற்றுமுற்றும் பார்த்தார்கள். மேசையில் நிறையப் புத்தகங்கள் இருந்தன. கதவு திறந்து கொண்டது.

நியூமன் வெளியே வந்தார். கம்பீரமான ஆடையுடன் ஒரு கனவான் போலக் காட்சி தந்தார். இவர்களுக்காகவே ஜன்னலிற்குள்ளால் பார்த்துக் கொண்டு நின்றிருப்பார் போலும்.

“இன்று நான் ஹொஸ்பிற்றல் போயிருந்தேன். சீக்கிரம் உடைகளை மாற்றிவிட்டு வந்துவிடுகின்றேன்” சொல்லிக்கொண்டே மீண்டும் வீட்டிற்குள் நுழைந்தார் நியூமன்.

நியூமனுடன் உரையாடி அவரின் உடல் நிலைமைகளைப் பதிந்து கொள்வார்கள். பாவிக்கும் மருந்துகள், இரத்த அழுத்தம், இதயத்துடிப்பு என்பவற்றைக் குறித்துக் கொள்வார்கள். மெடிக்கல் செக் லிஸ்ற் நிரப்புவார்கள். இடையிடையே பலதும் பத்தும் கதைத்துக் கொள்ளுவார்கள்.

அந்தப் பெரிய பங்களாவில் நியூமன் மாத்திரமே இருந்தார். அவரின் மனைவி இறந்து பல வருடங்கள் ஆகிவிட்டன.

அவரின் மகள், தனது கணவன் பிள்ளைகளுடன் நான்கு வீடுகள் தள்ளி இருக்கின்றாள். நியூமனிற்கு மூப்பு காரணமாக கண்பார்வை குறைந்திருந்தாலும் தனக்குரிய வேலைகளைத் தானே செய்து வருகின்றார். துவாரகன் அங்கிருக்கும் சிலதருணங்களில் அவரின் குடும்ப வைத்தியர் அங்கு வந்து போவதைக் கண்டிருக்கின்றான். தவிரவும் அருகே இருக்கும் நண்பர் ஒருவர் கடையில் சில பொருட்களை வாங்கி வந்து கொடுப்பார், நியூமனுடன் உரையாடுவார்.

துவாரகன் கடந்த ஆறு மாதங்களாக இங்கே வந்து போகின்றான்.

நீண்ட நேரமாக நியூமனைக் காணாததால் துவாரகன் வீட்டிற்குள் சென்று அவரைப் பார்த்தான். அவர் தனது அறைக்குள் அரை குறையாக ஆடை மாற்றியபடி விழுந்து கிடந்தார்.

அவசரமாக வெளியே வந்த துவாரகன் லோறாவை உதவிக்கு அழைத்தான். அம்புலன்ஸிற்கு ரெலிபோன் செய்தான். லோறா விரைந்து சென்று, நான்கு வீடுகள் தள்ளியிருந்த அவரது மகளைக் கூட்டி வந்தாள்.

அம்புலன்ஸ் வந்து நியூமனை ஏற்றும்போது அவரது உடல் அசைவற்றுக் கிடந்தது.

“நியூமன் இறந்துவிட்டாரா?” லோறா துவாரகனின் கைகளைப் பற்றினாள். அவளது கை நடுங்கியது.

○

“நியூமன் இறந்துபோய் விட்டால் எங்கள் படிப்பு ஒரு வருடம் தாமதம் ஆகுமல்லவா?” ஏங்கிய விழிகளுடன் துவாரகனைப் பார்த்துக் கேட்டாள் லோறா.

“உண்மைதான். இடையில் ஒரு நோயாளி இறந்துவிட்டால், எங்களுக்கென்று இன்னொரு நோயாளியை பல்கலைக்கழக நிர்வாகம் தரமாட்டார்கள். பயப்படாதே! அப்படியொன்றும் நடந்துவிடாது. நல்லதையே நினைப்போம். நியூமன் சுகம்பெற்று வர பிரார்த்திப்போம்” சொல்லியபடியே காரை ஸ்ராட் செய்தான் துவாரகன்.

லோறாவை இறக்கிவிட்டு துவாரகன் வீடு திரும்ப இரவு ஒன்பது ஆகிவிட்டது. அவனது அப்பா டைனிங் ரேபிளில் அவனுக்காகக் காத்திருந்தார். சுகயீனம் காரணமாக ஐம்பத்தைந்து வயதில் ஓய்வு பெற்றுவிட்டார். தினமும் அவன் வரும் வரையும் காத்திருந்து அவனுடன் இரவுச்சாப்பாட்டை சாப்பிடுவதுதான் அவரது வழக்கம். அம்மா படுக்கைக்கு நேரத்துடனே போய்விடுவார். அவர் இன்னமும் றெஸ்ற்ரோரன்ற் ஒன்றில் பகுதி நேரமாக வேலை செய்து வருகின்றார். சிலவேளைகளில் இவர்களின் அரவம் கேட்டு எழுந்து வருவார்.

“அடுத்த வருடம் நீ ஒரு டொக்ரர் ஆகிவிடுவாய்... என்ன?”

அப்பா சொல்லிவிட்டுச் சிரிக்கின்றார்.

ஆனால் துவாரகனால் சிரிக்க முடியவில்லை. அவன் மனம் பாறைபோல் இறுகிக் கிடந்தது. நியூமனின் உடல்நிலை அவனைப் பயமுறுத்தியபடி இருந்தது.

அப்பா மகனை உற்றுப் பார்த்தார்,

O

நியூமன் வைத்தியசாலைக்குச் சென்ற மூன்றாம்நாள் பேராசிரியர் நெயில் றொபின்ஷனுடன் இவர்களின் செயல்திட்டம் தொடர்பான ஒரு கலந்துரையாடல் இடம்பெற்றது. பேராசிரியர் நெயில் றொபின்ஷன் இவர்களின்அனற்ரொமி விரிவுரையாளர். அத்துடன் செயற்திட்டத்திற்கும் பொறுப்பானவர். எந்த நேரமும் குறுகுறுத்தபடி ஓடித்திரிவார். அவரின் விரிவுரைகள் மாணவர்களை உறக்கத்திற்கு அழைத்துச் செல்வதில்லை. தனது குரலை ஏற்ற இறக்கத்தில் வைத்திருந்து மாணவர்களைக் கவர்ந்துவிடுவார். இடையிடையே நகைச்சுவைக் கதைகள் சொல்லி உரையாடலை நகர்த்திச் செல்வார்.

இவர்களின் குழுத்தலைவன் ஜொனதான் செயல்திட்டம்பற்றி விளக்கிக் கூறினான். தமது நோயாளி ஒரு அற்புதமான மனிதர் என்றும், தமது திட்டத்திற்கு முகம் கோணாமல் முழு ஒத்துழைப்பும் தருவதாகப் பெருமை கொண்டான். சக

மாணவி கான் அண்டிநூஜ்ஜினின் காலை உழக்கினாள். அவன் குமுறிவரும் சிரிப்பை அடக்கிக் கொண்டான். கான் எதையும் சீரியஸ் ஆக எடுத்துக் கொள்ளமாட்டாள். துவாரகனின் மனம் திக்திக்கென்று அடித்தது.

○

அதன்பின்னர் வந்த அடுத்த மூன்று மாதங்களில், துவாரகன் இரண்டு தடவைகள் நியூமனைச் சந்தித்தான்.

அவன் தனது ஒப்படைக் குறிப்புகளில் நியூமனின் உடல்நிலை நாளுக்குநாள் மோசமடைந்து வருவதாகக் குறிப்பிட்டான்.

வருட இறுதியில் ஒப்படை தொடர்பான நேர்முகம் வந்தது. நேர்முகம், பரீட்சை என்பவற்றில் இவர்கள் குழுவில் உள்ள அனைவரும் சிறப்பாகச் சித்தியடைந்தார்கள். பட்டமளிப்பு விழா முடிவடைந்து எல்லாரும் திக்கொன்றாக வேலை எடுத்துக் கொண்டு போய்விட்டார்கள்.

○

பல்கலைக்கழக வாழ்க்கையின் பின்னர் எல்லாரும் பிரிந்து சென்றுவிட்டார்கள். ஒவ்வொருவரும் ஒவ்வொரு இடத்தில் வேலை செய்கின்றார்கள். சிலர் திருமணமும் செய்துவிட்டார்கள். இருப்பினும் ஒருவரோடு ஒருவர் தொடர்பைப் பேணி வந்தார்கள். துவாரகன் பெண்டிக்கோ என்ற இடத்தில் வேலை செய்கின்றான்.

நியூமன் என்ற நோயாளியைப் பற்றி இடையிடையே கதைத்து சிரித்துக் கொள்வார்கள். அப்போது பேராசிரியர் நெயில் றொபின்ஷன் பற்றியும் கதைத்துக் கொள்வார்கள்.

"ஒருநாளைக்கு நியூமனைச் சந்திக்க வேண்டும்" என்று அண்டி அடிக்கடி சொல்லிக்கொள்வான்.

"அது ஒரு காலம். கத்தி முனையில் நடந்தோம்" என்று ஏக்கப் பெருமூச்சு விடுவான் துவாரகன்.

○

பேராசிரியர் நெயில் றொபின்ஷன், தனது மாணவர்களின் மருத்துவத் திட்டத்திற்கு பங்களிப்பு செலுத்திய நோயாளர்களுக்கு நன்றி தெரிவிக்கும் முகமாக அன்றைய நாளைத் தெரிவு செய்திருந்தார்..

ஒவ்வொரு நோயாளர்களாகக் கதைத்து ரெலிபோனில் மகிழ்ச்சி ததும்ப உரையாடிக் கொண்டிருந்தார் பேராசிரியர் றொபின்ஷன். பட்டியலில் றொபேர்ட் நியூமனின் பெயர் அடுத்ததாக இருந்தது.

“காலை வணக்கம். றொபேர்ட் நியூமனுடன் பேச முடியுமா?”

“அவர் இறந்து எட்டு மாதங்கள் ஆகிவிட்டன” மறுமுனையில் ஒரு பெண்குரல் ஒலித்தது.

“சிரமத்திற்கு மன்னிக்க வேண்டுகின்றேன். அவர் எப்போது இறந்தார் என்று சொல்லமுடியுமா?”

“கடந்த வருடம் புரட்டாதி மாதம் 15 ஆம் திகதி.”

“மிக்க நன்றி” சொல்லிவிட்டு ரெலிபோனை வைத்தார் பேராசிரியர். அவரது முகம் கொழுந்துவிட்டுச் சிவந்தது. என்றுமில்லாதவாறு கெட்ட வார்த்தைகளினால் சத்தமிட்டார். மேசையின் மேல் ஓங்கி ஒரு குத்து விட்டார். அதிர்ச்சியில் மேசையில் இருந்த சில பொருட்கள் பொலபொலவெனக் கீழே விழுந்தன. கவலை மேலிடத் தொப்பென கதிரைக்குள் விழுந்து கொண்டார். இப்படி ஒருநாளும் பேராசிரியர் நடந்து கொண்டது கிடையாது. அவரின் சத்தம் கேட்டு அடுத்த அறைக்குள் இருந்தவர்கள் கண்ணாடியினூடாக உற்றுப் பார்த்தார்கள். பேராசிரியரின் குள்ளமான உடல் கதிரைக்குள் புதைந்திருந்தது. அந்தக் காட்சி அவர்களையும் கவலை கொள்ள வைத்தது.

சிறிது நேரத்தின் பின்னர் அருகே இருந்த றேயரை இழுத்து, ஃபைல்களைப் புரட்டிப் பார்ப்பதும் வெளியே எறிவதுமாக இருந்தார் நெயில் றொபின்ஷன். குறிப்பிட்ட அந்த ஃபைல் வந்ததும் கட்டுகளுக்கிடையில் இருந்து அதனை உருவி எடுத்தார்.

'ம்' என்று முனகிக் கொண்டார்.

"எவ்வளவு சாதுர்யமாக என்னை ஏமாற்றிவிட்டார்கள். இறந்த நோயாளியுடன் ஆறுமாதங்கள் கற்பனையில் உரையாடி நேர்மையீனமாக ஒப்படை தயாரித்திருக்கின்றார்கள். பல்கலைக்கழக நிர்வாகத்தை ஏமாற்றியிருக்கின்றார்கள்."

உள்ளே பக்கம் பக்கமாகத் தட்டிப் பார்த்துவிட்டு, 'தொலைந்தார்கள் இவர்கள் அனைவரும்' என்று கர்ச்சித்தார். அந்தக் குழுவில் இருந்தவர்கள் பெயர்களை ஒவ்வொன்றாகப் பார்த்துவந்த அவர் 'ஜெசிக்கா' என்ற பெயர் வந்ததும் திடுக்கிட்டார்.

"என் மகளுமா?" என்று தலையில் அடித்துக் கொண்டார்.

அன்று இரவு முழுவதும் அவரால் உறங்க முடியவில்லை. மனசாட்சியுடன் போராடினார். மகளையும் தண்டிக்க வேண்டி வருமே என்று மனம் குழம்பினார்.

○

ஞானம் சஞ்சிகை நடத்திய செம்பியன் செல்வன்
சிறுகதைப்போட்டி *(2016)* பரிசு பெற்றது

கணையாழி *(புரட்டாதி, 2017)*

ஞானம் *(மாசி, 2018)*

கனவு காணும் உலகம்

தர்மு ஒரு கடின உழைப்பாளி - ரக்சி ஓட்டுனன். காலையில் பிள்ளைகளைப் பள்ளிக்கூடம் அனுப்பி வைத்துவிட்டு, மதியத்துடன் வேலையை ஆரம்பிப்பான். இரவு இரண்டு மணிக்குள் வீடு திரும்பிவிடுவான்.

அன்று தனது கடைசிப் பிரயாணி ஒருவரை விமானநிலையத்திலிருந்து அவரது வீட்டில் இறக்கிவிட்டு, தனது வீட்டிற்குப் போக எத்தனிக்கும்போது -

மறுமுனையில் நின்ற ஒரு இளம்பெண் வயது முப்பதிற்குள் இருக்கலாம் - வேக வேகமாகத் தனது கைகளை ஆட்டினாள். அப்போது நேரம் இரவு ஒன்று பதினைந்து. வெளியே கடும் குளிர். நிற்காமல் இழுத்துக் கொண்டு வந்த தர்முவுக்கு, கண்ணாடிக்குள் தெரிந்த அவள் தோற்றம் தர்மசங்கடத்தைக் கொடுத்தது. அவள் தன் இருகரங்களையும் கூப்பி மன்றாடும் தோற்றம் தெரிந்தது. கை எடுத்துக் கும்பிட்ட பின்னர் அது யாராக இருந்தால்தான் என்ன? அவன் மனம் இளகியது. கருணை உள்ளம் கொண்ட அவனுக்கு அவளைப் பார்க்க பரிதாபமாக இருந்தது.

“ஒருவேளை நான் இருக்கும் பக்கமாகவும் அவள் போகக்கூடும்”

ரக்சி நின்றது.

அவள் பதறியடித்தபடி ரக்சியை நோக்கி ஓடி வந்தாள். அவளின் ஓட்டத்தைப் பார்க்க தர்முவிற்கு சிரிப்பாகவும் இருந்தது.

வாயில் நுழையாத பூர்வீகக்குடிகள் வாழும் இருப்பொன்றின் பெயரைச் சொல்லி, அங்கு போக வேண்டும் என்றாள்.

"இந்த நேரத்திலா?" நெருப்பில் கால் வைத்தது போலப் பதறினான் தர்மு.

"ஆம். தாத்தாவிற்கு கடுமை என்று தகவல் வந்தது. எவ்வளவு என்றாலும் தருகின்றேன்" மூச்சிரைக்கச் சொன்னாள் அவள்.

எவ்வளவு என்றாலும் தருகின்றேன்!

அந்தக் குளிர் பனியிலும் அவள் முகம் வியர்த்திருந்தது. அழகான அந்த இளம்பெண்ணின் கையில் குளிருக்கு இதமாக ஒரு 'வோட்கா குறூசர்' இருந்தது.

"சரி. ஏறிக்கொள்"

அவள் காரிற்குள் ஏறுவதற்குள் அவள் உடலில் பூசியிருந்த சென்ற் காரை குபுக்கென்று நிரப்பியது. மடிப்புக் குலையாத சுத்தமான ஆடை. நீண்ட தன் ஒளிவீசும் கூந்தலைத் தூக்கி முன்னாலே எறிந்தாள். காரிற்குள் இருந்த கண்ணாடியில் தன் முகத்தைச் சரிபார்த்துக் கொண்டாள்.

'கையெடுத்துக் கும்பிட்டு மண்டாடேக்கை 'அந்தப் போத்தலை' எங்கே ஒளித்து வைத்திருந்திருப்பாள்' என தர்முவின் மனம் ஆராய்ச்சியில் ஈடுபட்டது.

"இருபது நிமிடங்களுக்குள் போய்விடலாம்" தர்மு சொல்லவேண்டியதை அவளே சொன்னாள். அவர்களிடையே பேச்சு வளர்ந்தது.

"என்னுடைய பாட்னர் இரவு வேலைக்குப் போய்விட்டார். விடிந்ததும் அங்கே வந்துவிடுவார்."

"உனது பெயர்?"

"தர்னி"

"தர்னியா? தாரினியா?"

அவள் விழுந்து விழுந்து சிரித்தாள்.

"T A R N I" என்று எழுத்துக் கூட்டி தனது பெயரைச் சொன்னாள். தொடர்ந்து தான் ஒரு றிப்போட்டராக வேலை செய்வதாகக் கூறினாள்.

தர்மு அவளை உற்றுப் பாத்தான். அவள் அவனின் நிறத்திற்கு சற்றுச் சிவப்பாக, பழங்குடியினப் பெண் அல்லாமல் காட்சி தந்தாள். ஒருவேளை கலப்பினப் பெண்ணாக இருப்பாளோ?

தர்னி ஆதிவாசிகளின் வரலாறு, பழக்கவழக்கங்கள், குகை ஓவியங்கள், சிற்பங்கள் பற்றிக் கதைத்தபடி வந்தாள்.

கார் மலையில் வளைந்து வளைந்து ஏறிக் கொண்டிருந்தது. இடையிடையே அவளை தர்மு கடைக்கண்ணால் நோட்டமிட்டான். இரண்டுதடவைகள் மலையைச் சுற்றியதும் 'ஜிபிஎஸ்' தலை கிறுகிறுத்து செயலிழந்து போனது. அதன் பிறகு அவனுக்கு அவளே 'ஜிபிஎஸ்' ஆனாள்.

"இந்த மலையடிவாரத்தில் இருக்கின்ற பூர்வீகக்குடிகளின் குகை ஓவியங்கள் சிற்பங்களை எப்பொழுதாவது பார்த்திருக்கின்றீர்களா?"

"கேள்விப்பட்டிருக்கின்றேன். ஆதிவாசிகளின் படைப்புகள். ஆனால் பார்த்ததில்லை."

"அதற்குச் சமீபமாகத்தான் இதுவும் உள்ளது. இங்கு உள்ளவை எனது தாத்தாவின் படைப்புகள். அவர் இப்போழுது நோயில் மரணப் படுக்கையில் இருக்கின்றார்."

"தாத்தா என்றால்?"

"எனது அம்மாவின் அப்பாவின் தம்பி. தாத்தா திருமணம் செய்யவில்லை."

"ஏன் உனது தாத்தா இப்பிடியான இடத்தில் வாழ்கின்றார்?"

"அது ஒரு பெரிய கதை.

உங்களுக்குத் தெரிந்திருக்கலாம் நாங்கள் இயற்கையை வணங்குபவர்கள் என்று. சூரியன் சந்திரன் மழை மரங்கள் ஆறுகள் இவையெல்லாம் எனது தாத்தாவின் ஓவியங்கள் சிற்பங்களில் வரும். பச்சை அவருக்குப் பிடித்தமான கலர். அவரின் சிற்பங்கள் - மரப்பட்டைகள் இலைகள் சருகுகள் கொண்டு செய்யப்பட்டவை.

முன்பெல்லாம் அவர் அவற்றைக் காட்சிப்படுத்துவார். அவரது படைப்புக்களை விரும்பாத சிலர், ஒருமுறை கண்காட்சிக்கு வந்தபோது அவற்றைச் சிதைத்துவிட்டார்கள். அது முதற்கொண்டு தாத்தா இங்கேயே இருக்க வேண்டும் என விரும்பினார். இங்கிருந்து ஐந்து நிமிட ஓட்டத்தில் அந்தக் காட்சியகம் இருக்கின்றது.

பின்னர் அவற்றைப் பராமரிக்க வசதியில்லாததால் எங்களின் நலம் பேணும் அரச அமைப்பொன்றிடம் குடுத்துவிட்டார். இருப்பினும் அடிக்கடி அங்கே சென்று பார்த்து வருவதால் மகிழ்ச்சி கொள்ளுவார்" பதட்டத்துடன் சொல்லி முடித்தாள்.

"யார் இதைச் செய்கின்றார்கள் என நீ நினைக்கின்றாய்?"

"சொல்லமுடியாது! வெள்ளை இனத்தவர்களில் எம்மை வெறுக்கும் மனிதர்கள் செய்திருக்கலாம். எங்களிடையேயும் பல இனக்குழுமங்கள் உண்டு."

இலங்கையில் சிகிரியா ஓவியத்தில் ஒரு மனநிலை சரியில்லாத பெண் கிறுக்கிவிட்டாள் என்பதற்காக அவளைச் சிறையில் அடைத்து வேடிக்கை பார்த்த இலங்கை அரசை தர்முவின் மனம் ஒப்பீடு செய்தது.

ஒருவாறு வீட்டை அடைந்துவிட்டார்கள். நாய் ஒன்று துள்ளிக் கொண்டு 'இதோ சீவனை விட்டுவிடப் போகின்றேன்' என்ற தொனியில் குரைத்தபடி இவர்களை வரவேற்றது. பெரியதொரு வளவிற்குள் ஒரு குடில் போல இருந்த அந்த வீடு, தர்முவிற்கு ஒரு ஆச்சிரமத்தின் தோற்றத்தைக் கொடுத்தது. இறங்கும்போது,

"நான் உனது தாத்தாவைப் பார்க்க விரும்புகின்றேன். பார்க்க முடியுமா?" என்றான் தர்மு.

"அதற்கென்ன! நிட்சயமாக."

இருவரும் இறங்கி குடிலிற்குச் சென்றார்கள். தர்முவை வெளியே இருக்கும்படி சொல்லிவிட்டு உள்ளே சென்றாள் தர்னி. சற்று நேரத்தில் திரும்பி வந்து அவனை உள்ளே வரும்படி சொன்னாள்.

வீட்டிற்குள் எதுவித தளபாடங்களும் இருக்கவில்லை. விளக்கு ஒன்று எரிந்து கொண்டிருந்தது. கனல் அடுப்பு ஒன்று வீட்டைக் கதகதப்பாக்கிக் கொண்டிருந்தது. தர்னியின் வரவிற்காக அவர்கள் காத்து இருந்திருக்க வேண்டும்..

உள்ளே கட்டிலில் முதியவர் பேச்சு மூச்சற்றுப் படுத்திருந்தார். முதியவர் அருகே இரண்டு ஆதிவாசிகள் முதியவரின் முகத்தை மூடியபடி அவரை உற்றுப் பார்த்துக் கொண்டிருந்தார்கள். போர்வைக்குள்ளால் முதியவரின் கால்கள் வெளியே நீட்டியபடி இருந்தன. அந்தக் கால்களைக் காணாவிட்டால் அங்கே அவர் படுத்திருப்பது தெரிந்திருக்காது. அவ்வளவு மெல்லிய உருவம். கட்டிலோடு ஒன்றிப் போயிருந்தார். இருளிற்குள் தர்முவால் முதியவரைப் பார்க்க முடியவில்லை.

அவர்கள் இருவரும் தர்முவை வரவேற்றார்கள். தர்னி அவரை அவர்களுக்கு அறிமுகம் செய்து வைத்தாள்.

தர்மு நெடுநேரம் அங்கே அவர்களுக்குத் தடையாக நிற்க விரும்பவில்லை. ஏற்கனவே நேரமும் போய்விட்டது. வீட்டிற்குப் போக வேண்டும்.

"வருகின்றேன்" சொல்லிவிட்டு அவர்களிடமிருந்து விடைபெற்றான் தர்மு. தர்னி அவனுடன் ரக்சி வரைக்கும் கூடவே சென்றாள். அவளிடம் பணம் வாங்குவதற்கு தர்முவிற்கு விருப்பம் இருக்கவில்லை.

"நீங்கள் என்னை இங்கு விரைவாகக் கொண்டு வந்து சேர்த்தமைக்கு நன்றி" தன் இருகரங்களையும் கூப்பி நன்றி தெரிவித்தாள். பின்னர் சிறிதளவு காசை அவனது கையில் திணித்துவிட்டு பறந்தோடினாள்.

“நில்லுங்கள்! எனக்குப் பணம் வேண்டாம்” என்று கத்தினான் தர்மு. தர்னி ஓடுவதை நிறுத்தி “பரவாயில்லை. வைத்திருங்கள்” என்றாள். பின்னர் என்ன நினைத்தாளோ தெரியவில்லை திரும்ப தர்முவிடம் ஓடி வந்தாள்.

“என்ன காசு குறைகின்றதா? இவ்வளவும்தான் என்னிடம் உள்ளது.”

“அப்படியில்லை. இதை உங்கள் தாத்தாவிற்கு என் அன்புப் பரிசாகக் கொடுங்கள்” பலாத்காரமாக அவள் கைகளைப் பிடித்து அவளிடம் காசைத் திணித்தான். அதைப் பெற்றுக் கொண்ட தர்னி, அவர் நினைத்திரா வண்ணம் அவரைக் கட்டி அணைத்து தனது அன்பைத் தெரிவித்தாள்.

“வந்தவழியே கவனமாகப் பார்த்துப் போங்கள். நன்றி” என்று சொல்லிவிட்டு சிட்டாகப் பறந்தோடினாள்.

இலவசமாக அவளைக் கொண்டு வந்து சேர்த்ததற்கு ஒரு முத்தம் வாங்கிய நிலையில் திகைத்துப் போய் காரிற்குள் சில நிமிடங்கள் இருந்தான் தர்மு. பின்னர் காரை ஸ்ராட் செய்தான். இனி எந்தத் திசையில் போவது?

ஒரு குறிப்பிட்ட திசைவழியே சென்ற தர்மு பாதை பிழைத்துவிட்டது என்பதை அறிந்து கொண்டான். இன்னும் கொஞ்ச தூரம் ஓடிப் பார்க்கலாம் என்ற நினைப்பில் மேலும் ஓடினான். இருந்த ஜிபிஎஸ் இயங்க மறுத்தது. வந்த ஜிபிஎஸ் போய்விட்டது.

தர்முவால் பாதையைக் கண்டுபிடிக்க முடியவில்லை. அடுத்து வந்த வளைவில் பாதை இரண்டாகப் பிரிந்தது. அதனடியில் செய்வதறியாது சில நிமிடங்கள் நின்றான். மீண்டும் தர்னியின் வீட்டிற்குப் போய் அங்கிருந்து மீண்டும் பயணத்தைத் தொடங்கலாம் என ஜோசித்தான். அது சரியாக அவனுக்குத் தோன்றாததால் தன் நடுவிரலையும் சுட்டுவிரலையும் நீட்டி ‘இரண்டில் ஒன்றைத் தொடு’ என மனதுக்குக் கட்டளையிட்டான். மனது தொட்ட வழியில் காரை வேகமாகச் செலுத்தினான். சற்றே பிசகினாலும் விதியின் வழி

வீதியிலிருந்து பள்ளத்திற்குள்தான். வழியில் 'சீனிக் பிளேஸ்' என வயிற்றைத் தள்ளியபடி பூமிமாதா கர்ப்பிணியாகப் படுத்திருந் தாள். அதன் மேல் வாகனத்தை ஓரம் கட்டினான் தர்மு.

"பிருந்தா.... நான் வரக் கொஞ்ச நேரமாகும். பாதை மாறிவிட்டேன். ஜிபிஎஸ் இங்கே வேலை செய்யவில்லை" காரிற்குள் இருந்தபடி மனைவி பிருந்தாவிற்கு ரெலிபோன் செய்தான்.

"சரி... பரவாயில்லை. கவனமாப் பார்த்து வாங்கோ" நித்திரைத் தூக்கத்தில் மனைவி ஏதோ சொன்னாள்.

சிகரெட் ஒன்றைப் பற்ற வைத்தபடி காரிலிருந்து கீழிறங்கினான். சிகரெட் புகையுடன் போட்டியிட்டவாறு அதலபாதாளத்திற்குள்ளிருந்து பனிப்புகார் மேல் நோக்கிக் கிழம்பிக் கொண்டிருந்தது. இயற்கையை ஒருவராலும் வெல்ல முடியாது என்பது உண்மைதான். மொபைல் போனில் நேரத்தைப் பார்த்தான். மணி நான்கு பத்து.

அன்றைய இரவு அந்த மலைப்பிரதேசத்தில் வேறு எந்தவிதமான வாகனங்களையோ மனித நடமாட்டங்களையோ அவன் சந்திக்கவில்லை. இனி வாகனம் ஓடுவதில் பயனில்லை எனக் கண்டுகொண்ட அவன் விடியும்வரை காரிற்குள் இருப்பதென முடிவு செய்தான். சீக்கிரமாகவே தர்மு தன்னையுமறியாமல் உறக்கத்திற்குப் போய்விட்டான்.

விடியற்காலை வாகனங்கள் வரிசைகட்டி விரைந்து செல்லும் சத்தம் அவனைத் துயிலெழ வைத்தது. பதைபதைத்து எழுந்து சுற்றுமுற்றும் பார்த்தான். தூரத்தே வெளிச்சப்புள்ளிகள் நகர்ந்து செல்லும் காட்சி மரங்களினூடாகத் தெரிந்தது.

"அனேகமாக அது ஒரு நெடுஞ்சாலையாகத்தான் இருக்க வேண்டும்" முடிவு செய்தபடி வாகனத்தை ஸ்ராட் செய்து, அதன் திசை நோக்கிச் செலுத்தத் தொடங்கினான்.

வீட்டிற்கு வந்தபோது மணி ஆறாகிவிட்டது. வானம் வெளிச்சமிடத் தொடங்கிவிட்டது. இரவு என்ற ஒன்று அவனுக்கு வராமலேயே மறு உதயம். இன்னும் சிலமணி

நேரங்களில் பிள்ளைகள் துயில் கலைத்து பாடசாலைக்குச் செல்ல ஆயத்தமாகி விடுவார்கள். மனைவியும் எழுந்து விடுவாள். ஒருவரையும் குழப்பாமல், முன் ஹோலிற்குள்ளிருந்த செற்றிக்குள் உடுப்புகளையும் மாற்றாமல் புதைந்து கொண்டான். மனைவி போட்டுத் தரும் கோப்பியின் சுவைப்பிற்காகக் காத்திருந்தான்.

ஒரு கோழித்தூக்க முடிவில் மனைவி கையில் கோப்பியுடன் நின்றார். கோப்பியை வாங்கி தர்மு உறிஞ்சிக் குடிப்பதை அவர் மனைவி ரசித்தபடி பார்த்தார்.

“எங்கையப்பா போனனியள்? என்ன நடந்தது” கோப்பி முடிந்ததும் தனது விசாரணையைத் தொடர்ந்தார் மனைவி.

தர்மு தனக்கு நேர்ந்த சம்பவத்தை மனைவியிடம் சொல்லத் தொடங்கினான்.

“உலகத்து மக்களிடையே கைகூப்பி நன்றி தெரிவிக்கும் பழக்கம் யாரிடம் இருக்கின்றது? அதை அவள் செய்தாள். தர்னி எங்கடை இனத்துப் பிள்ளையப்பா… அவள் என்ரை மகள் மாதிரி” அவள் தர்மு சொல்லும் தர்னி என்னும் அபோர்ஜின்ஸ் இனத்துப் பெண்ணின் கதையை உன்னிப்பாகக் கேட்டபடி இருந்தாள்.

“சரி… இரவு முழுக்க தூக்கமில்லாமல் இருந்திட்டியள். கொஞ்ச நேரம் போய்ப் படுங்கோ”

சிறிது நேரம் கண்ணயர்ந்தான் தர்மு. பின்னர் பிள்ளையளை பள்ளிக்கு அனுப்பி வைத்துவிட்டு காலை உணவு முடித்து மீண்டும் சிறிது கண்ணயர்ந்தான்.

பன்னிரண்டு மணியளவில் ரெலிவிஷன் பார்த்தான். சலிப்புடன் சனலை மாற்றி மாற்றிப் பார்த்துக் கொண்டிருந்தவன்,

“பிருந்தா… பிருந்தா… ஓடிவா. வந்து இந்த நியூசைப் பார்” சத்தமிட்டான் தர்மு. அவள் மெதுவாக வந்து இவருக்கு அருகில் அமர்ந்தாள்.

“சத்தம் போடாமல் வடிவாப் பார்.”

நேற்று அவன் சந்தித்த அதே பெண்… தர்னி. ரெலிவிஷனில்

யாருடனோ உரையாடிக் கொண்டிருந்தாள்.

"உவள்தான்... உவள்தான்..." என்று கண்ணாலே ஜாடை காட்டினான் தர்மு. நேற்றுப் பார்த்ததைவிட தொலைக்காட்சியில் இன்னும் அழகாகத் தோன்றுவது போல அவனுக்கு இருந்தது.

"நான் எத்தனையோ ரக்சிக்காரர்களை மன்றாடினேன். ஆனால் அவர்கள் ஒருவரும் என்னை ஏற்றிக் கொண்டு போகச் சம்மதிக்கவில்லை. இரவில் எம்முடைய இருப்பிடம் வரப் பயப்பட்டார்கள். ஆசியா நாட்டைச் சேர்ந்த தர்மு என்பவர்தான் என்னை அங்கே கூட்டிச் சென்றார்."

தர்முவின் பெயரை ரெலிவிஷனில் கேட்டதும் பிருந்தாவிற்குப் பெருமையாக இருந்தது. வைத்தகண் வாங்காமல் ரிவியைப் பார்த்தபடி இருந்தாள்.

"அந்த நல்ல மனிதரின் காருண்யத்தால் நான் எனது தாத்தாவை இறுதியாகப் பார்த்தேன்."

இறுதியாகப் பார்தேன் என்று தர்னி சொன்னதும் அவளது தாத்தா இறந்துவிட்டார் என்பதை அறிந்தான் தர்மு.

செய்தியின் முன்பகுதியைத் தவறவிட்ட தர்மு, மீண்டும் அந்தச் செய்தி ரிவி யில் வரக்கூடும் என நினைத்து, ரிவி சனலைத் திருப்பித் திருப்பி பார்த்தபடி இருந்தான். எல்லாச் சனல்களிலும் அவரைப்பற்றிய செய்திதான் போய்க் கொண்டிருந்தது.

சனல் 24 இல் அந்தக் கலைஞனைப் பற்றிய விவரணம் ஒன்று போய்க்கொண்டிருந்தது. அவர் வரைந்த படங்கள், செதுக்கிய சிற்பங்கள் என அது போய்க் கொண்டிருந்தது. அந்த மனிதரின் புகைப்படத்தைப் பார்த்தபோது தர்முவின் சப்தநாடிகளும் ஒடுங்கிப் போய்விட்டன. அவரின் பெயர் பில்றிக்கெற்ஸ் என்றும், அவர் ஒரு வெள்ளைக்காரர் எனவும் அறிந்தபோது விழி பிதுங்கினான் தர்மு.

என்ன பூர்வீகக்குடிகளைப் பற்றி ஓவியமாக சிற்பங்களாக வடித்த தர்னியின் தாத்தா ஒரு வெள்ளையினத்தவரா?

"உங்கள் வியப்பு எனக்குப் புரிகின்றது. ஆம் எனது தாத்தா வெள்ளை இனத்தவர். பூர்வீகக் குடிகளின் வாழ்க்கை

முறையினால் ஈர்க்கப்பட்டு எம் மக்கள் மத்தியில் வாழ்ந்தார். என்னில் வெள்ளை இனத்தோலின் அடையாளத்தை நீங்கள் காண்பீர்கள்" என்று விவரணத்தில் தர்னி சொல்லிக் கொண்டிருந்தாள்.

ஒன்றுமே பேசாது அதிசயத்துடன் ரெலிவிஷனை உற்றுப் பார்த்துக் கொண்டிருந்தான் தர்மு. மனம் குழம்பிய நிலையில் ஏதோ கேட்க நினைத்து பின் "ஒன்றுமில்லை" என்று சொல்லிவிட்டு குசினிக்குள் தன் வேலைக்குத் தாவினாள் பிருந்தா.

"என்ன இண்டைக்கு வேலைக்குப் போகேல்லையோ?" குசினிக்குள்ளிருந்து பிருந்தா கேட்டாள்.

"இல்லை. இண்டைக்கு களைப்பா இருக்கு. நாளைக்குப் போவம்."

வெளியே வந்து மீண்டும் அவருக்குப் பக்கத்தில் இருந்து ரிவி பார்த்தாள் பிருந்தா.

"அப்போதே கேட்க வேண்டும் என்று நினைத்தேன். உதே வெள்ளையள்தானே முந்தி ஆதிவாசிகளை குருவி சுடுகிறது போல சுட்டுத் தள்ளினவங்கள். இப்ப ஆதிவாசிகளின்ரை வாழ்க்கைமுறையை சிலையா ஓவியமா செய்யுறதும் வெள்ளைக்காரன் தானே!" என்றாள் வியப்பாக பிருந்தா.

"ஆனா அவங்கள்தான் அதற்காக பிறகு ஆதிவாசிகளிடம் மன்னிப்பும் கேட்டார்கள். பறித்த நிலங்களையும் இப்ப ஒவ்வொண்டாகக் குடுத்துக் கொண்டு வாறாங்கள்.

உந்த நிலை ஆருக்கும் வரலாம். எந்த இனத்திற்கும் வரலாம்.

அதாலைதான் இந்தப் பூமி இன்னமும் எங்களையெல்லாம் தாங்கிக் கொண்டு இருக்கின்றது!" என்றான் தர்மு.

○

கனடா உதயன் பத்திரிகை (மாசி, 2017)

கணையாழி (ஏப்ரல், 2017)

நாமே நமக்கு

நான் ஒரு தடவை அய்ரோப்பாவைச் சுற்றிப் பார்ப்பதற்கு விரும்பினேன். அப்போது எனக்கு வயது 55ஆகிவிட்டது. திட்டமிட்டபடி அவுஸ்திரேலியாவில் ஒரு குளிர்காலத்தில் நானும் மனைவியும் மகனுமாகப் பிரயாணத்தை ஆரம்பித்தோம். அப்போது அய்ரோப்பாவில் கோடை காலம் என்பதை நீங்கள் அறிவீர்கள்.

பிரான்சில் எனது பாடசாலை நண்பன் குகநேசன் இருக்கின்றான். பிரான்சை நான் முதலில் தெரிவு செய்தது, முதற்கோணல் முற்றும் கோணல் என்றாகிவிட்டது.

வாழ்வில் எத்தனையோ நாட்கள் வருகின்றன, போகின்றன. ஆனால் அன்றையநாள் ஒரு மறக்கமுடியாத நாள் ஆகிவிட்டது.

பிரான்சில் எனது இன்னுமொரு நண்பன் சௌந்தர்ராஜன் வீட்டில் ஆரம்பித்த கவலை, பிரயாணம் முழுவதும் தருமனைப் பின் தொடர்ந்த நாய் போலத் துரத்தியது. அதை என் வாழ் நாளில் என்றும் இறக்கி வைக்க முடிந்ததில்லை.

○

முதல் இரண்டு நாட்களும் பிரான்சில் நிறைய இடங்களைச் சுற்றிப் பார்த்தோம். மகிழ்ச்சியாக இருந்தது. அங்கே

போனபின்னர்தான் செளந்தர்ராஜன், ஸ்ரீபாஸ்கரன் என்று மேலும் இரண்டு பள்ளி நண்பர்கள் இருப்பது தெரியவந்தது. குகநேசன் எங்களை மூன்றாம்நாள் செளந்தர்ராஜனின் வீட்டிற்குக் கூட்டிச் சென்றான். அங்கே இரவுச் சாப்பாடு. நண்பன் ஸ்ரீபாஸ்கரன் குடும்பத்தினரும் அங்கே வந்திருந்தார்கள். படிக்கும் காலங்களில் செளந்தர்ராஜன் ஒரு குறும்புக்காரன். மூக்கைத் துடைத்து அடுத்தவர்களின் மேல் பூசுவான். எச்சிலைத் தொட்டுத் தடவுவான். ஆனால் அவன் அங்கே ஒன்பதாவது வரையும்தான் படித்தான். அதன்பின்னர் வெளிநாடு போய் விட்டான்.

குடியும் கூத்துமாக அன்றைய இரவு செளந்தர்ராஜன் வீட்டில் கழிந்தது. சாப்பாட்டின் பின்னர் கை கழுவுவதற்காக குசினிக்குள் சென்றபோது சுவரில் தொங்கிய அந்தப் படத்தைக் கவனித்தேன். மூன்று முதியவர்களின் படங்களுடன் கிருஷ்ணவேணியின் இளமைக்காலத்துப் படமும் மாலையிட்டு இருந்தன.

வெறி மயக்கத்திலும் திடுக்கிட்டுப் போனேன். இருபது வயதிற்குள் புன்னகை பூத்த முகத்துடன் சுவரில் தொங்கியபடியே கிருஷ்ணவேணி என்னைப் பார்த்துச் சிரித்தாள்.

“என்ன கிருஷ்ணவேணி இறந்துவிட்டாளா?” ஆச்சரியத்தில் கத்தினேன்.

“ராஜா இங்கே வாடாப்பா... இது கிருஷ்ணவேணிதானே! எப்படி அவளை உங்களுக்குத் தெரியும்? அவளுக்கு என்ன நடந்தது?”

“அவள் எனது மனைவியின் தங்கை” என்றான் செளந்தர்ராஜன்.

நானும் ராஜனும் கதைத்துக் கொண்டு இருக்கும்போது அவனின் மனைவி அங்கே வந்தாள். ராஜன் கதை சொல்வதை திடீரென்று நிறுத்தினான்.

“என்னுடைய தங்கைச்சி அகால மரணமடைந்து விட்டாள்” சுருக்கமாகச் சொல்லிவிட்டு, “இஞ்சாருங்கோ இந்த டெஷேற்றை எல்லாருக்கும் குடுங்கோ” என்று ராஜனை அவள் கூட்டிச்

சென்றாள். அவளதும் ராஜனதும் முகத்தில் உணர்ச்சிகள் ஏதும் இல்லை. அவை செத்துப் பல வருடங்கள் ஆகியிருக்க வேண்டும். எனக்குத்தான் எல்லாம் புதிது.

என்னால் அந்த இடத்தைவிட்டு நகர முடியவில்லை. கிருஷ்ணவேணியின் படத்தைப் பார்த்தபடி நின்றேன்.

நெஞ்சை நிமிர்த்தி, தலை நிமிர்ந்து நேர்கொண்ட பார்வை. பொட்டு வைத்த கள்ளம் கபடமற்ற முகம். புன்னகை பூத்த உதட்டின் வலதுபக்க முடிவிடத்தின் சிறு மச்சம். இரட்டைப் பின்னல் என பள்ளிப்பருவத்தில் எடுக்கப்பட்ட கறுப்பு வெள்ளைப் புகைப்படம் அது.

“வாடா வா... ஐஸ்கிறீம் வட்டிலப்பம் சாப்பிடுவோம்” எனது தோள்களை அணைத்து முன் ஹோலிற்குள் கூட்டிச் சென்றான் ராஜன்.

சௌந்தர்ராஜனின் வீட்டைவிட்டுப் புறப்படும்போது எல்லோரும் சேர்ந்து புகைப்படம் எடுத்துக் கொண்டோம்.

“மச்சான்... நீ பேஸ்புக் வச்சிருக்கிறியா?” என்றான் ராஜன். நான் எனது பேஸ்புக் முகவரியை அவனிடம் கொடுத்தேன்.

“எல்லாத்தையும் பேஸ்புக்கிலை போடு. எங்களோடை படிச்ச எல்லாரும் பாக்கட்டும்.”

அந்தப் படத்தைப் பார்த்த நேரத்தில் இருந்து என் மனதைக் குடைந்த ஒரே கேள்வி கிருஷ்ணவேணி எப்படி இறந்தாள் என்பதுதான்.

எங்கள் குடும்பத்தில் எந்தவிதமான ஒளிவு மறைவுகளும் இருந்ததில்லை. கிருஷ்ணவேணியைப் பற்றி எனக்குத் தெரிந்தளவு மனைவிக்கும் தெரிந்திருந்தது.

கிருஷ்ணவேணி என்னுடைய திருமண பந்தத்தில் வந்த முதல் பெண்.

“ஒவ்வொருவருக்கும் எது எது அமைகின்றதோ அதுவே விதியாகும்” என்கின்றாள் மனைவி.

அன்று இரவு எவ்வளவு முயன்றும் தூக்கம் வர மறுத்தது. கண்ணை இறுக மூடினால் கிருஷ்ணவேணி எதிரில் வந்து நிற்கின்றாள். நித்திரை கொள்வது போல பாசாங்கு செய்தேன். கிருஷ்ணவேணியை நான் எப்பொழுது சந்தித்தேன்?

O

86ஆம் ஆண்டுக்காலப் பகுதியில் புலிகள் இயக்கம், மாற்று இயக்கங்கள் அனைத்தையும் ஒவ்வொன்றாகத் தடை செய்து கொண்டு வந்தது. அந்தக்காலப் பகுதியில் நான் பேராதனைப் பல்கலைக்கழகத்தில் படித்துக் கொண்டிருந்தேன். பேராதனை ஏனைய பிரதேசங்களில் இருந்தும் தனிமைப்பட்டு இருந்தது. செய்தித்தாள்கள் வானொலி தவிர்ந்த வேறு ஊடகங்கள் எங்களுக்குக் கிடைக்கவில்லை. நாட்டிலே என்ன நடக்கின்றது என்பதைப் பற்றிய தெளிவான விளக்கம் அங்கே படித்துக் கொண்டிருந்த எங்களுக்கு இருக்கவில்லை.

1989 ஆம் ஆண்டு நடுப்பகுதியில் இருக்கும். பல்கலைக்கழகப் படிப்பை முடித்துவிட்டு லங்கா சீமெந்துக் கூட்டுத்தாபனத்தில் பொறியியலாளராகப் பணியாற்றிக் கொண்டிருந்தேன். படித்து முடித்தாயிற்று. வேலையும் ஒன்று கிடைத்துவிட்டது. இனியென்ன திருமணம்தானே!

எனக்கு முதன்முதலாக தையிட்டி என்ற இடத்திலிருந்து ஒரு சம்பந்தம் வந்தது. அப்பாவின் நண்பர் ஒருவர் கொண்டுவந்த சம்பந்தம் அது.

எல்லாரும் சொல்வதைப் போல நானும் “எதுக்கு இப்ப இந்தக் கலியாணம்?” என்று பாசாங்கு செய்தேன். அம்மாவும் விடாப்பிடியாக சாதகமும் படமும் வந்திருக்கு என்று சொல்லியபடி இருந்தார். இடையிடையே ‘வடிவான பெட்டை’ என்றார். எனக்கு ஏதாவது காதல் இருக்கா என்று நோட்டம் விடுவதாகவும் இருக்கலாம்.

அம்மாவின் தொணதொணப்பு தாங்காமல், ஒருநாள் அந்தப் படத்தையும் சாதகத்தையும் எடுத்துப் பார்த்தேன்.

ஆகா... வார்த்தைகளால் சொல்ல முடியாத சொப்பன அழகி அவள்.

இருபது வயதிற்குள் எல்லோரும் அப்படித்தான் இருப்பார்கள் என்று நீங்கள் சொல்லக்கூடும். ஆனால் அன்றும் சரி, இன்றும் சரி நான் அப்படிச் சொல்லமாட்டேன். அவளில் ஏதோ ஒன்று இருப்பதாகவே உணர்ந்தேன்.

'ஓம்' என்று உடனேயே சொல்லிவிட்டேன். அதன் பின்னர் சாதகம் வீட்டிலும் அவளின் புகைப்படம் எனது பொக்கற்றினுள்ளும் இருந்தன.

என்னுடைய சாதகத்தையும் படத்தையும் அவர்களுக்கு அனுப்பி வைத்தார்கள். அவர்களும் பூரண சம்மதம் என்றார்கள். 87 சதவிகிதம் பொருத்தம் என்றார் சாத்திரி.

எல்லாம் கைகூடி வந்ததால், மாவிட்டபுரத் திருவிழாவின்போது இரண்டு குடும்பத்தாரும் சந்திப்பது என்று முடிவெடுத்தோம். அவள் தனது அப்பா அம்மா அண்ணா தம்பியுடன் வந்திருந்தாள். கொழும்பில் வேலை செய்யும் அவளது தந்தையார் திருவிழாவிற்காக லீவில் வந்து நிற்பதாகச் சொன்னார். எங்கள் வீட்டிலிருந்து அம்மா அப்பா தம்பி தங்கை போயிருந்தோம். அம்மா அவளின் காதில் தொங்கியிருந்த தோட்டைப் பிடித்துப் பார்த்து வடிவா இருக்கு என்று சொல்லிக் கொண்டார். முன்பக்கத் தலைமயிரை நெற்றியின் கீழ்புறமாக ஒரு நேர்கோட்டில் வெட்டி தொப்பியும் போட்டிருந்தாள் அவள். நெற்றியில் விபூதி சந்தனம் துலங்கியது. அடிக்கடி தனது தாயாரின் பின்னாலே ஒளிந்து கொண்டாள்.

"கொலுசு போட்டிருக்கிறியா?" என்று அம்மா கேட்க பாவாடையை மெல்லத் தூக்கிப் பாதங்களைக் காட்டினாள். வெள்ளையும் மஞ்சளும் கலந்த ஒரு கலவையில் மின்னி மறைந்தன கால்கள். அங்கே ஒற்றைக் கொலுசு கண் சிமிட்டியது. அம்மா காலில் ஏதாவது ஊனம் இருக்கின்றதா என்று பார்ப்பதற்காகத்தான் கொலுசைக் கேட்டார் என்பதை அவள் அறியாள். நானும் அவளும் ஒருதடவை 'ஹலோ'

சொல்லிக் கொண்டோம். அவளின் அண்ணாவும் தம்பியும்கூட அவளின் நிறத்தில்தான் இருந்தார்கள். அன்று முழுவதும் சப்பறத் திருவிழாவைப் பார்ப்பதை விட்டு அவளைத்தான் ஒளிந்து ஒளிந்து பார்த்தேன்.

“இனி எப்ப கோயிலுக்கு வருவியள்?”

“நாளைக்குக் காலமை ஃபிறண்ஸ்சோடை வருவேனே!”

தேருக்காக நான் லீவு எடுத்திருந்தேன். மறுநாள் நானும் குகநேசனும் சதீசனுமாக கோவிலுக்குச் சென்றோம். சதீசன் எனது இன்னுமொரு பள்ளி நண்பன். எட்டுக்கால் மண்டபத்தின் உச்சியில் இருந்து நாலைந்து சிநேகிதிகளுடன் கடலை சாப்பிட்டுக் கொண்டிருந்தாள் கிருஷ்ணவேணி. நான் கடலை, சோளம் பக்கற்றுகளுடன் எட்டுக்கால் மண்டபத்தின் கடைசிப் படியில் நின்றேன். நண்பர்கள் சற்றுத்தூரத்தில் நின்றார்கள். என்னைக் கண்டதும் ஒவ்வொரு படிக்கட்டுகளாகத் துள்ளித் துள்ளிக் கீழ் இறங்கி வந்தாள். மற்றப் பெண்கள் எல்லாரும் அவளையே பார்த்தபடி நின்றார்கள். நான் கொண்டு சென்றவற்றை அவளிடம் நீட்டினேன். மூன்றாவது படிக்கட்டில் நின்று அதை வாங்கிக் கொண்டாள். “நில்லுங்கோ வாறன்” சொல்லிவிட்டு படிக்கட்டுகள்மீது தாவி ஓடினாள். திரும்பி வந்தபோது அவளின் கைகளில் ‘தும்புமுட்டாஸ்’ இருந்தது. அதை வாங்கிக் கொள்ளும் சாட்டில் என் கைகள் அவளைத் தீண்டின. வெட்கத்தில் என்னைப் பார்த்துவிட்டு ஓடிச் சென்றாள்.

“கடலைக் கொட்டைக்கு தும்புமுட்டாஸ்... உம்” என்றார்கள் நண்பர்கள்.

முதலில் கலியாண எழுத்து வைப்பதாக இருந்தது. அவள் கொம்பியூட்டர் படிப்பிற்கு போய்க் கொண்டிருந்தாள். நான் வேலைக்குப் போய் வந்து கொண்டிருந்தேன்.

இடையில் ஒரு ஞாயிற்றுக்கிழமை நாளில் மதியம் இரண்டுமணி இருக்கும், வீட்டின் முன்னால் சில பெண்களின் கலகலப்புக் குரல்கள் கேட்டன. ‘கிருஷ்ணவேணி’ என்று கத்திவிட்டு

அவர்கள் சைக்கிளில் ஓடினார்கள். வெளியே சென்று பார்த்தபோது அவர்களுள் கிருஷ்ணவேணியும் இருந்ததைக் கண்டேன்.

ஒருநாள் வேலை முடிந்து வீடு வந்தபோது, வீடு என்றுமில்லாதவாறு அமைதியாக இருந்தது. தங்கை ஒரு கதிரையில் இருந்தபடி என்னையே பார்த்துக் கொண்டிருந்தாள். கலியாணம் குழம்பிவிட்டதாக அம்மா குண்டைத் தூக்கிப் போட்டார்.

இயக்கம் ஒன்றில் இருந்தாள்; கூட்டங்களுக்குப் போய் வந்தாள்; கொடி பிடித்தாள்; பயிற்சி பெற்றாள் இவைதான் அவள் மீதான குற்றச்சாட்டுகள்.

அப்பா தன் நண்பன் தன்னை ஏமாற்றிவிட்டான் என்று கொதித்தெழுந்தார். இன்னும் இரண்டு கிழமையிலை எழுத்து, அதுக்குள்ளை இப்படியாப் போச்சு என்று அம்மா மூக்கால் அழுதார்.

என்ன செய்யலாம் என்று என்னிடம் கேட்டார்கள். கேட்டுவிட்டு,

“உனக்கொரு தங்கை இருக்கின்றாள். அவளைப் பற்றியும் யோசிக்க வேண்டும்” என்றார்கள். நான் அவளைத்தான் கலியாணம் செய்வேன் என்று பிடிவாதமாக இருந்திருக்கலாம். ஆனால் அப்படி நான் நடந்து கொள்ளவில்லை. உங்களின் விருப்பப்படியே செய்யுங்கள் என்று சொல்லிவிட்டேன்.

பிறிதொருநாள் அப்பாவின் நண்பர் மீண்டும் வந்தார். எப்போதும் அவருடன் கலகலப்பாகப் பேசும் அப்பா, அன்று அவருடன் முகம் கொடுத்துக் கதைக்கவில்லை. “நான் உதிலை கோயிலுக்குப் போட்டு வாறன்” அம்மாவிற்கு ரகசியமாகச் சொல்லிவிட்டு அருகில் இருந்த கோவிலுக்குப் போய்விட்டார். அம்மாவும் வேண்டா வெறுப்பாகவே அவருடன் நடந்து கொண்டார். அவர் கேட்டதற்கெல்லாம் அம்மா மௌனம் சாதித்தார்.

“ஊர் மக்களுடைய வேலை எல்லாத்தையும் தன்னுடைய தலையில் போட்டுக் கொள்ளுவாள். சமூகசேவை, கோயில்பணி

எதுவெண்டாலும் முன்னுக்கு நிண்டு செய்வாள். அவள் ஒரு மான்குட்டி போல" தனக்குள் புற்புறுத்துக் கொண்டே எழுந்து போய் விட்டார் அவர்.

எல்லாம் நன்மைக்குத்தான். இதைவிட இன்னும் எத்தனையோ நல்ல சம்பந்தங்கள் வரும் என்று பெற்றோர் அந்தச் சம்பந்தத்திற்கு முற்றுப்புள்ளி வைத்தார்கள்.

வேலை செய்யும் இடத்தில்கூட எல்லாரும் ஒளித்துப் பிடித்தே விளையாடினார்கள். இந்தியன் ஆமி வரும். புலிகள் வருவார்கள். ஈ.பி.டி.பி வருவார்கள். அடிக்கடி மாநாடு நடத்துவார்கள். எல்லாரும் ஒரே நேரத்தில் வந்தது கிடையாது. கள்ள எண்ணத்தில் ஒருவரை ஒருவர் சந்திப்பதைத் தவிர்த்தே வந்தார்கள்.

எல்லாம் இப்படி நடந்து கொண்டிருக்கும்போது பலாலியைச் சுற்றியிருந்த கிராமத்தவர்கள் எல்லாரும் தொண்ணூறுகளின் மத்தியில் இடம்பெயர்ந்து போனோம். இடம்பெயர்ந்திருந்த காலங்களில் மூன்று சம்பந்தங்கள் வந்து, ஆரம்ப நிலையிலேயே குழம்பிப் போய்விட்டன. அய்ந்தாவது தடவைதான் சரிவந்தது. எல்லாருக்கும் முதல் தடவையிலேயே கலியாணம் அமைந்து விடுவதில்லை.

வாழ்க்கைப் போராட்டத்தில் 'கிருஷ்ணவேணி' என்ற பாத்திரம் மெல்ல மெல்லக் கரைந்து போய்விட்டது.

○

மறுநாள் காலையில் *I Pad* ஐத் திறந்தபோது ராஜன் என்னுடன் இணைவதற்கான விண்ணப்பத்தை அனுப்பியிருந்ததைப் பார்த்தேன். இணைந்த மறுவினாடி எனது பேஸ்புக்கிற்கு ஒரு இணைப்பு செய்தியாக வந்திருந்தது. "பேப்பரில் அந்நாளில் வந்த செய்தி ஒன்றினை இணைத்துள்ளேன். இதுபற்றி மேலதிக விபரங்களை என்னிடமோ மனைவியிடமோ கேட்க வேண்டாம்" என்று ஒரு மர்ம முடிச்சையும் போட்டிருந்தான் ராஜன்.

புதர்ப்பற்றைக்குள் இருந்து வெளியே நீட்டிக் கொண்டிருந்தது ஒரு பெண்ணின் உடல். பாதங்கள் பற்றைக்குள் மறைந்திருந்தன. உடலும் முகமும் ஊதிப் பருத்து, ஆடைகள் கலைந்து அம்மணமாக, விழிகள் நிலை குத்தி இறுதிவரை மானத்தைக் காப்பாற்றப் போராடியதற்கான முகக்கீறல்களுடன் அந்த உடல் இருந்தது. உடலில் கண்டதுண்டமாக வெட்டப்பட்டிருந்த அடையாளங்கள் வெளித் தெரிந்தன.

'வீமன்காமம் கொலணி புதர்ப்பற்றைக்குள்ளிருந்த அந்த உடல், தையிட்டியைச் சேர்ந்த சதாசிவம் கிருஷ்ணவேணி என்று தெரிய வருகின்றது. கடந்தவாரம் இயக்கம் ஒன்றினால் அவள் கடத்திச் செல்லப்பட்டிருந்தாள்...' என்று தொடர்ந்தது செய்தி.

"இவள் கிருஷ்ணவேணி இல்லை" மனம் கத்தியது.

மனைவியைக் கூப்பிட்டு அந்தப் படத்தையும் செய்தியையும் காட்டினேன். கூர்ந்து அந்தப் படத்தைப் பார்த்துவிட்டு ஒன்றும் சொல்லாமல் அவள் போய்விட்டாள்.

சிறிது நேரத்தில் குகநேசன் தேநீருடன் எனது அறைக்குள் வந்தான். எனக்கு ஒன்றும் சொல்லாமல் போன மனைவி, குகநேசனிடம் சேதி சொல்லி அவனை அனுப்பியிருந்தாள். அவன் என் காதிற்குள் குனிந்து, இரகசியமாக ஒரு இயக்கத்தின் பெயரைச் சொல்லி, பின் சத்தமாக -

"எல்லாம் அவங்கட வேலைதான் மச்சான்" என்றான்.

"பிரான்ஸ் வந்தாப்போலைதான் எனக்கும் எல்லாமே தெரிஞ்சது. ராஜன் தான் எல்லாவற்றையும் சொன்னான். அவன் தானே உனக்கு கிருஷ்ணவேணியைத் திருமணம் பேசவும் ஒழுங்கு செய்தவன்."

நீண்ட மௌனம். அந்த மௌனத்தின் பின்னால் எத்தனையோ நிகழ்வுகள் மறைந்து கிடக்கின்றன.

"கிருஷ்ணவேணி ஒரு இயக்கத்திற்கு ஆதரவாக இருந்தாள். ராஜன் இன்னொரு இயக்கத்திற்கு ஆதரவாக இருந்தான். ராஜனிட்டை வந்து போன இயக்கப்பெடியன்களிலை ஒருத்தன் கிருஷ்ணவேணியிலை கண் போட்டிட்டான்.

அவள் அவனுக்கு மறுப்புச் சொல்லியிருக்கிறாள். காத்திருந்து ஒருநாள் கடத்திக் கொண்டு போய் றேப் பண்ணி சாக்காட்டிப் போட்டான்கள். இப்படித்தான் எனக்கு ராஜன் சொன்னான்" என்றான் குகநேசன்.

ஒருவேளை நான் அவளை முதல் தடவையிலே திருமணம் செய்திருந்தால், இவை எல்லாம் நடந்திருக்குமா? நெஞ்சு வலித்தது. என்னையும் அறியாமல் உதடுகள் துடிக்கின்றன.

கிருஷ்ணவேணியை சிங்கள இராணுவம் கொல்லவில்லை. ஆயுதம் எடுத்தோம். நாமே நமக்கு எதிரியானோம். இவ்வளவு கொடூரமாக அவளைக் கொல்வதற்கு அவள் செய்த குற்றமென்ன? யாரிடம் இதற்கான நீதியை நான் கேட்பேன்.

O

தினக்குரல் பத்திரிகை (13 பங்குனி, 2016)

தெல்லிப்பழை, யாழ்ப்பாணம், இலங்கையைப் பிறப்பிடமாகக் கொண்டவர். தற்போது அவுஸ்திரேலியாவில் மெல்பேர்ண் நகரில் வாழ்ந்து வருகின்றார். இலங்கை பேராதனைப் பல்கலைக்கழக பொறியியல் பட்டதாரியான இவர் - 1983 இல் இருந்து சிறுகதை, கவிதை, கட்டுரை, பத்தி எழுத்து, குறுநாவல், விமர்சனம் போன்ற துறைகளில் எழுதி வருகின்றார்.

இதுவரை இருபத்தெட்டு சிறுகதைப்போட்டிகளிலும், இரண்டு குறுநாவல் போட்டிகளிலும் பரிசு பெற்றிருக்கின்றார். 'எங்கே போகின்றோம்?', 'சென்றிடுவீர் எட்டுத்திக்கும்' சிறுகதைத் தொகுதிகளும், 'வளர் காதல் இன்பம்' குறுநாவலும் அச்சில் வெளிவந்திருக்கின்றன. Amazon kindle பதிப்பாக 'மெல்பேர்ண் வெதர்', 'கார்காலம்', 'ஏன் பெண்ணென்று' குறுநாவல்கள். .

www.ingramcontent.com/pod-product-compliance
Lightning Source LLC
LaVergne TN
LVHW100310051026
849517LV00006B/2248